பெனாசிர் பூட்டோ

யஷ்வந்த்

சத்யா

Title:
Benazir Bhutto
Yashwanth

ISBN: 978-93-92474-97-2
Title Code : Sathyaa - 078

நூல் தலைப்பு
பெனாசிர் பூட்டோ

நூல் ஆசிரியர்
யஷ்வந்த்

முதற்பதிப்பு
ஜூன் 2024

விலை : ₹ 60

பக்கம் : 59

Printed in India

Published by
Sathyaa Enterprises
No.137, First Floor,
Choolaimedu,
Chennai - 600 094.
044 - 4507 4203

Email
sathyaabooks@gmail.com

உள்ளே...

1. கிழக்கின் மகள் — 4
2. துணிச்சல்மிக்க இளம் பெண் பெனாசிர் — 9
3. பூட்டோ தூக்கிலிடப்பட்டார் — 14
4. பெனாசிர் பூட்டோவின் திருமணம் — 22
5. தந்தையின் மரணத்துக்குப் பழிவாங்க புறப்பட்ட பெனாசிர் — 26
6. தீவிரவாதம் தலைவிரித்தாடிய பெனாசிர் ஆட்சி! — 32
7. கணவரும் மனைவியும் தனித்தனி சிறையில் — 40
8. பெனாசிர் பூட்டோவைக் கொன்று விடலாம் — 44
9. பெனாசிர் பூட்டோவின் படுகொலை — 48
10. மரணத்தின் நிழலில் பெனாசிர் — 53

1. கிழக்கின் மகள்

ஒரு இஸ்லாமியப் பெண் போராளியாக, புரட்சி வேங்கையாக பாகிஸ்தான் மண்ணில் வலம் வந்த பெனாசிர் பூட்டோ உலகின் எண்ணற்றோர் இதயங்களில் ஒரு வனதேவதையாக நீங்காத இடம் பெற்றுவிட்டார்.

ஒரு முஸ்லீம் நாட்டை ஆளுகின்ற முதல் பெண் பிரதமர் என்ற வைரக்கிரீடம் பெனாசிர் பூட்டோவை அலங்கரிக்கிறது. அதன் மங்காத ஒளிவட்டம் உலகின் பிரமிப்புப் பார்வையை மையங் கொள்ளச் செய்துவிட்டது.

சிந்து மாகாணத்தின் வனமோகினியை 'பீப்பிள்ஸ்' பத்திரிகை 'உலகின் மிக அழகான பெண்கள்' பட்டியலில் இடம்பெறச் செய்தது ஆச்சர்யமில்லை.

அழகும் அறிவும் ஒன்றுசேர்ந்த சூரிய சந்திர வர்ணக் கலவையாக பரிணமித்த பெனாசிர் பூட்டோ எல்லோரையும் வசீகரித்த அற்புத எழுத்தாளராகவும் விளங்கினார்.

வாசிப்போரின் ஆன்மாவை காந்தமாக ஈர்க்கக்கூடிய எழுத்து வன்மைக்கு 'டாட்டர் ஆஃப் த ஈஸ்ட்' (கிழக்கின் மகள்) என்ற சுயசரிதையே நித்தியச் சான்றாக விளங்குகிறது.

ஐந்தாண்டுகள் வீட்டுச் சிறையில் வெந்து நொந்தக் கொடுமையை எவர் ஒருவரும் வாசித்து முடிக்கும்போது நெஞ்சில் வலியெடுக்காமல் இருக்காது. அத்தனை உணர்வுபூர்வமான வார்த்தைச் சங்கிலி!

கல்லூரிக் காலங்களில் சிறகடித்துப் பறந்து சென்று உலகின் பன்னாட்டுப் பல்கலைக் கழகங்களில் அறிவுத்தேன் பருகிய சிட்டுக்குருவி பெனாசிர்.

அந்த ஞானப் பறவையின் சிறகை ஒடித்து வீட்டுச் சிறைக் காவலில் ஜியா எனும் கொடுங்கழுகு அடைத்துப் பார்த்து ஐந்து ஆண்டுகள் ஆனந்தப்பட்டது.

இன்னும் அவரது கண்களிலிருந்து குருதி கொட்ட வேண்டும் என்ற கொடூர வெறியுடன் பெனாசிரை சிந்து மாகாணத்தின் தனிச்சிறை ஒன்றில் போட்டு அடைத்தார்.

அந்தச் சிறைக் கூரைகள் தரைகள் உடைந்தும், தரைகள் பெயர்ந்தும், கழிப்பறை சகிக்கவொண்ணா கொடுமையுடன், கோடை வெயிலில் தான் பட்ட அவஸ்தையை இந்தக் குஞ்சுப்பறவை எப்படி துன்புற்று ஏற்றுக் கொண்டிருந்திருக்கிறது.

அதனை தன் சுயசரிதை 'டாக்டர் ஆஃப் த ஈஸ்ட்' நூலில் ஈரக்காவியமாக எழுதியுள்ளார்.

அந்தக் கோடையின் தகிப்பில் என் உடம்பின் அணுக்களெல்லாம் அடுப்பில் வைக்கப்பட்டது போல வெந்துவிட்டன. என் தோல் நிறம் கறுத்து உறிய ஆரம்பித்து விட்டது. என் உள்ளங்கைகள் தகரம்போல் காய்ந்து விட்டன. முகம் எல்லாம் வெந்து விட்டதைப்போல ஆனது. என் தலைமுடி உலர்ந்து உதிர்ந்தன.

இதற்கிடையே பூச்சிகளின் படையெடுப்பு வேறு. வெட்டுக்கிளிகள், கொசுக்கள், மூட்டைப் பூச்சிகள், கூடு கட்டிய தேனீக்கள், தடித்த கறுப்பு எறும்புகள், சுரீலெனக் கடிக்கும் சிற்றெறும்புகள் என பலவற்றின் கடிகளை அனுபவிக்க நேர்ந்தது.

உத்திரங்களில் கரையான்களும், சிலந்திகளும், கரப்பான் பூச்சிகளும் ஒரு பக்கம் மிரட்ட இற்றுப்போன கூரைகள் இரவுகளில் என் தலையில் உதிர்ந்தபடி இருக்கும்.

பெனாசிர் பூட்டோவின் சிந்தனை ஓரத்தில் எப்போதும் ஒரு நெருப்பின் திரி எரியக் காத்துக் கொண்டே இருக்கும். அது அவரது எழுத்திலும், பேச்சிலும், அனல் காந்தலுடன் ஒரு ஒளி வட்டத்தை ஏற்படுத்தி வியப்பில் ஆழ்த்தும்.

பாகிஸ்தான் ஜனாதிபதி முஷாரப் நெருக்கடி நிலையை திரும்பப் பெறுவதாக அறிவித்த நேரம். முஷாரப்பின் இந்த அறிவிப்பை வரவேற்ற பெனாசிர் தேர்தல் சுமூகமாக நடைபெறுவதற்கான வாய்ப்புகள் அதிகரித்திருப்பதாக நம்பிக்கை தெரிவித்திருந்தார்.

அச்சமயம் டிசம்பர் 16-ஆம் தேதி பெனாசிர் பூட்டோ கட்சி அலுவலகத்தில் முன்னணித் தலைவர்களும் சர்வதேச பத்திரிகை யாளர்களும் கூடியிருந்தனர்.

அலுவலகத்திற்கு வெளியே நூற்றுக்கணக்கான தொண்டர்கள் தங்கள் தலைவியை வாழ்த்தி முழக்கங்களை எழுப்பிக் கொண்டிருந் தனர். அச்சமயம் பெனாசிர் பூட்டோ வாசித்த தேர்தல் அறிக்கையில் அவரது சிந்தனைத் திறமும் எழுத்து வன்மையும், நாவன்மையும் மிகச் சிறப்பாக வெளிப்பட்டது.

“இந்தத் தேர்தலில் எங்கள் கட்சி ஐந்து ‘ஈ’ க்களில் கவனம் செலுத்த உறுதி எடுத்துள்ளது. எம்ப்ளாய்மெண்ட், எஜூகேஷன், எனர்ஜி, என்விராமென்ட், ஈக்வாலிட்டி...”

அவ்வளவுதான். பெனாசிர் வாசித்து முடித்தபோது தலைவர்களும் தொண்டர்களும் எழுப்பிய கரவொலி விண்ணைப் பிளந்தது.

ஐந்து ஆண்டுகள் வீட்டுச்சிறையில் இருந்த பின் இங்கிலாந்து சென்று லண்டனில் தங்கியிருந்த காலத்தில்தான் தங்கியிருந்த பிளாட் டையே மக்கள் கட்சி அலுவலகமாக ஆக்கியிருந்தார் பெனாசிர்.

அங்கிருந்தபடியே பாகிஸ்தானில் சர்வாதிகார அரசுக்கு எதிரான மக்கள் இயக்கங்களை நடத்துவதில் அதிகக் கவனம் செலுத்தினார் பெனாசிர்.

சர்வாதிகார அரசுக்கான மக்களின் எதிர்ப்பு அலை ஓய்ந்துவிடக் கூடாது. மக்கள் மனதில் எப்போதும் பூட்டோவின் நினைவு மறந்து விடக்கூடாது என்பதில் தீவிரமாக இருந்தார் பெனாசிர்.

லண்டனில் இருக்கும்போது பி.பி.சி. தொலைக்காட்சி மற்றும் வெளி நாட்டு பத்திரிகைகள் அவருக்கு உதவியாக இருந்தன. அவரது நேர் காணல்கள் மக்களிடையே பெரும் எழுச்சியை ஏற்படுத்தியது.

ஜனநாயகத்திற்கான இயக்கங்களும் பெனாசிர் பூட்டோவின் குரலை வெளியுலகிற்கு கொண்டு வருவதில் முக்கிய பங்கு வகித்தன.

இங்கிலாந்திலும், அமெரிக்காவிலும் பெனாசிருடன் படித்த நண்பர் கள் பலர் பல்வேறு மீடியாக்களில் பணிபுரிந்து வந்த நிலையில் அவர் களது உதவி பெனாசிர் பூட்டோவுக்கு முழுமையாக கிடைத்தது. அவர்கள் ஜியா அரசுக்கு எதிரான பெனாசிரின் பேட்டிகளுக்கு முக்கியத்துவம் அளித்து வெளியிட்டனர்.

பாகிஸ்தானில் உள்ள பத்திரிகைகளும் பெனாசிருடைய பேட்டி களையும், கட்டுரைகளையும் வெளியிட்டன. நாடாளுமன்றத்திற்கு தேர்தல் நடத்த வேண்டும் என்ற பெனாசிரின் கோரிக்கை அவரது பேட்டிகள் மூலமாக பெரும் கோஷமாக வெளிப்பட்டது. பாகிஸ்தான் அதிபர் ஜியாவுல் ஹக்குக்கு அன்றைய பிரிட்டிஷ் பிரதமர் மார்கரெட் தாட்சருடன் நெருங்கிய நட்பு இருந்தது.

லண்டன் பி.பி.சி. மற்றும் இங்கிலாந்து நாட்டின் இதர ஊடகங்கள் மூலம் பெனாசிர் பூட்டோவின் அதிரடி சரவெடிகள் நாள்தோறும் வெடித்துக் கொண்டிருப்பது கண்டு அதிர்ந்து போன ஜியா தனது நண்பர் மார்கரெட் தாட்சரிடம் பெனாசிர் பேட்டிகளை வெளி வராது தடை போடுமாறு கோரிக்கை வைத்தார்.

மார்கரெட் தாட்சர் தன்னுடைய கையாளாகாதத்தனத்தை ஜியா விடம் மறைக்க முடியவில்லை. காரணம் ஜியா கோரிக்கை வைத்த தையும் வெளிப்படுத்தியதுடன் தொடர்ந்து பெனாசிரின் பேட்டி களையும் பி.பி.சி. வெளியிட்டது.

பெனாசிரின் ஒவ்வொரு பேச்சிலும், எழுத்திலும் ஆழ்ந்த நுட்ப மான அர்த்தம் எதிரொலிப்பது மிகவும் இயல்பான ஒன்றாக

இருந்தது. ஹார்வர்டு பல்கலைக் கழகத்தில் பட்டப் படிப்புக்கு அவர் சமர்ப்பித்த கட்டுரை 'இஸ்லாமிய பிரிவினை வாதமும் பாகிஸ்தானின் பூர்வீகமும்' என்ற தலைப்பே அவரது தெளிவான தொலைநோக்கு ஞானத்துக்கான அறைகூவலாக இருந்தது.

பெனாசிரிடம் எப்போதும் ஒரு போர்க்குணம் இருக்கும். அதுவே அவரது பேச்சிலும் எழுத்திலும் வெளிப்படும் அம்சமாக இருந்தது.

ஜீன்ஸ் அணிவார். கண்ணாடி மாட்டிக் கொள்வார். ஸ்லிம்மாக இருந்தாலும் எப்போதும் எனர்ஜிடிக்காக இருப்பார். அவரது பேச்சில் எப்போதும் பாகிஸ்தானைப் பற்றிய உறுதியான ஒரு புள்ளி விபரம் இருக்கும்.

ஒருமுறை கல்லூரியில் படிக்கும் காலத்தில் தோழி ஒருத்தியின் வீட்டுக்குச் சென்றபோது இதையெல்லாம் கவனத்தில் எடுத்துக் கொண்ட அந்தத் தோழியின் தந்தை பெனாசிரிடம், "எல்லாம் சரி, உன்னைப் பார்த்தால் பாகிஸ்தானியைப் போலத் தெரியவில்லையே" என்று கேட்டார்.

"ஆனாலும், நான் பாகிஸ்தானிதான்" - பெனாசிர் அப்படி சொன்ன போது அவரது குரலில் வெளிப்பட்ட சுரீர் உணர்வையும் கண்களில் தெறித்த அனலையும் கண்டு ஒரு கணம் தோழியின் தந்தை வெல வெலத்துப் போய் விட்டார்.

உலகின் மிக உயர்ந்த விருதுகளும் பட்டங்களும் பெனாசிர் பூட்டோவைத் தேடி வந்தது.

ஹார்வர்டு பல்கலைக் கழகத்தின் டாக்டர் பட்டம், சிந்து பல்கலைக் கழகத்தின் டாக்டர் பட்டம் பிலிப்பைன்ஸ் பல்கலைக் கழகத்தின் டாக்டர் பட்டம் என டாக்டர் பட்டங்கள் ஒருபுறம் குவிந்தன.

அமெரிக்கன் பயோகிராபிகல் இன்ஸ்டிடியூட் மில்லினியம் மெடலை வழங்கியது. மனித உரிமைக்கான புருனோகிரிஸ்கி விருதும் வந்து சேர்ந்தது.

❖

2. துணிச்சல்மிக்க இளம் பெண் பெனாசிர்

சின்ன வயதிலேயே துருதுருவென இருப்பார் பெனாசிர். எந்த விசயத்திலும் தெளிவும் சுறுசுறுப்பும் தைரியமும் அவரிடம் வெளிப்படும்.

செல்வச் செழிப்புமிக்க குடும்பத்தினர் என்ற கர்வமோ, செல்வாக்குமிக்க பாகிஸ்தானிய தலைவர் பூட்டோவின் மகள் என்ற ஆணவமோ துளிக்கூட இருக்காது.

பெனாசிரை சிறிய வயதிலேயே துணிச்சல் மிக்கவராக வளர்ப்பதில் அவரது தந்தை மிகுந்த அக்கறை கொண்டிருந்தார்.

தைரியமும் துணிவுமிக்க பெண்மணிகளுக்கு முன்னுதாரணமாக ஜோன் ஆஃப் ஆர், பிரதமர் இந்திராகாந்தி ஆகியோரைப் பற்றி தன் மகளிடம் அடிக்கடி நினைவுகூர்ந்து பெனாசிரின் மனதில் தீரமிக்க எண்ணங்களை விதைத்திருந்தார் பூட்டோ.

கராச்சியிலுள்ள ஜீஸஸ் அண்டு மேரி கான்வெண்ட்டில்தான் பெனாசிர் தனது நர்சரி வகுப்பைக் கடந்தார்.

அதன் பிறகு தனது பத்து வயதில் ராவல் பிண்டியில் உள்ள பிரசண்டேசன் கான்வென்ட்டில் படிப்பைத் தொடர்ந்தார்.

இன்னும் சொல்லப் போனால் பெனாசிருடைய பள்ளி வகுப்புகள் அனைத்தும் கராச்சியிலுள்ள மிகப்பெரிய கிறிஸ்துவ பள்ளிகளிலேயே கழிந்தன எனலாம்.

மற்ற மாணவிகளிடமிருந்து தன்னை ஒரு போதும் தனித்துவமாக காட்டிக் கொள்ள அவர் முயற்சிக்க மாட்டார். ஆனால் அதே சமயம் பள்ளி நடைமுறைகளிலும், இசுலாமிய நடைமுறைகளிலும் கவனமாக இருப்பார்.

உலகின் மிகப்பெரிய பல்கலைக் கழகமான ஹார்வேர்டு பல்கலைக் கழகத்தின் ரேட்கிளிஃபி கல்லூரியில் பெனாசிரின் பதினைந்தாவது வயதில் சேர்ந்தார்.

பெனாசிருக்கு அங்கே நிறைய தோழிகள் கிடைத்தார்கள். பெரும் பாலோர் அவரைப் பார்த்து பொறாமைப்பட்டனர்.

சுட்டுக் கொல்லப்பட்ட அமெரிக்க ஜனாதிபதி கென்னடியின் தம்பி ராபர்ட் கென்னடியின் மகள் கேத்தரின், பெனாசிர் தங்கியிருந்த ஹாஸ்டலில் தான் தங்கிப் படித்து வந்தார்.

கேத்தரின் அறைக்குள் நுழைந்தால் எங்கு பார்த்தாலும் கென்னடி மற்றும் ராபர்ட் கென்னடியின் படங்கள் மாட்டப்பட்டிருக்கும்.

மற்றவர்களுக்கு எப்படியோ பெனாசிர் அவற்றையெல்லாம் ஒரு பொருட்டாக எடுத்துக் கொண்டதாக தன்னைக் காட்டிக் கொள்ள மாட்டார்.

பெனாசிருடைய கவனமெல்லாம் புத்தகங்கள்... புத்தகங்கள்தான். படிப்பைத் தாண்டி அந்த விடுதி வாழ்க்கையில் வேறு எதையும் நுழைத்துக் கொள்ள அவர் தயாராக இல்லை.

பெனாசிர் எந்த வகையான ஒழுக்கக்கேடான விசயங்களையும் உடன் படிக்கும் தோழிகளுக்காக சமரசம் செய்து ஏற்றுக் கொள்பவராக இல்லை. ஏனெனில் ஹார்வர்டு பல்கலைக் கழகத்தில் மாணவிகள் மது அருந்துவது, புகைப்பிடிப்பது, போதை வஸ்துகளை பயன்படுத்துவது போன்றவற்றை பெரிதும் விரும்பி வந்தார்கள்.

பன்றிக்கறி சாப்பிடுவார்கள். ஆனால் பெனாசிர் ஒருபோதும் இஸ்லாமிய மார்க்கத்துக்கு புறம்பான நடவடிக்கைகளில் ஈடுபடு வதை அறவே தவிர்த்து வந்தார்.

தந்தையைப் போலவே பாகிஸ்தான் மீதான நாட்டுப்பற்றும், இஸ்லாமிய மதப்பற்றும் மிக்கவராக தன்னை வடித்துக் கொண்டார்.

ஹார்வேர்டு பல்கலைக் கழகத்தில் ரேட்கிளிஃபி கல்லூரியில் இளங் கலைப் பட்டப்படிப்பை முடித்தபின் உலகின் மற்றொரு புகழ் பெற்ற பல்கலைக் கழகமான லண்டன் ஆக்ஸ்போர்டு பல்கலைக் கழகத்திற்கு மேற்படிப்பு படிக்கச் சென்றார் பெனாசிர்.

அங்கே 'லேடி மார்க்கரெட் ஹால்' கல்லூரியில் சேர்ந்து தத்துவம், பொருளாதாரம், அரசியல், சட்டம் என அனைத்து பாடங்களையும் கற்று பட்டம் பெற்றார்.

பாகிஸ்தான் போன்ற கல்வியில் பின் தங்கியிருந்த நாடுகளிலிருந்து ஆக்ஸ்போர்டு பல்கலைக்கழகம் போன்ற உயர்ந்த பல்கலைக் கழகத்தில் அந்நாளில் படித்து பட்டம் பெறுதல் என்பது மிகவும் அரிதான விசயம்.

எனவே தான் பெனாசிரின் பேச்சாற்றலும் செல்வாக்கும் அப் பல்கலைக்கழகத்தில் அவருக்கு ஒரு தனி முத்திரையை ஏற்படுத்தி யிருந்தது.

"பாகிஸ்தானிலிருந்தா வந்திருக்கிறாய்? உனக்கெல்லாம் எப்படி இங்கே இடம் கிடைத்தது?" என்று ஆரம்பத்தில் சீனியர் மாணவர் கள் பெனாசிரை ராகிங் செய்தனர்.

"எங்கள் தேசத்திலுள்ளவர்களுக்கு உங்களை விட மூளை அதிகம். அதனால்தான் கிடைத்தது" என்று அவர்களின் செவிட்டில் அறைவது போல பதிலளித்தார் பெனாசிர்.

ஆக்ஸ்போர்டு பல்கலைக் கழகத்தில் மட்டுமல்ல அதற்கு முன்னால் ஹார்வர்டு பல்கலைக்கழகத்தில் படிக்கும் காலத்திலும் பெனாசிரின் பேச்சு மிகவும் துடுக்குத்தனமாகவும், ஆணித்தரமாகவும் இருந்தது.

அச்சமயம் பாகிஸ்தானின் ஜனாதிபதியாக பெனாசிரின் தந்தை ஜுல்பிகர் அலிபூட்டோ இருந்து வந்தார். கிழக்கு பாகிஸ்தான் தனி நாடு கோரி போராடிக் கொண்டிருந்த ஆயிரக்கணக்கானவர்களை ஈவு இரக்கமின்றி பாகிஸ்தான் ராணுவம் கொன்று குவித்திருந்தது.

பாகிஸ்தான் மற்றும் பூட்டோவின் கொடூரமான நடவடிக்கை களுக்கு சர்வதேசமும் கடும் கண்டனத்தை எழுப்பிக் கொண்டிருந்தது.

ஆனால் பெனாசிர் பாகிஸ்தான் அரசின் நிலைபாட்டையும் தந்தை பூட்டோவின் நடவடிக்கைகளையும் ஆணித்தரமாக நியாயப்படுத்தி பேசி வந்தார் பெனாசிர்.

அன்றைய பாகிஸ்தான் காட்டு தர்பார் நடவடிக்கைகள் ஹார்வர்டு பல்கலைக் கழக வகுப்பறையிலும் எதிரொலித்தது.

பெனாசிரின் பேராசிரியர் அந்தக் குற்றச்சாட்டினை கடுமையாக விவாதித்துக் கொண்டிருந்தபோது பெனாசிர் எழுந்து அதற்கு தர்க்க ரீதியாக விளக்கங்களை ஆவேசத்துடனும், உணர்ச்சிப் பெருக் குடனும் விளக்கினார்.

ஆக்ஸ்போர்டு பல்கலைக் கழகத்தில் பெனாசிர் படித்துக் கொண்டிருந்தபோது பூட்டோ பாகிஸ்தான் பிரதமராகி விட்டார்.

பாகிஸங்தானில் தனது தந்தைக்கு எதிரான கிளர்ச்சிகள், போராட்டங்கள் இவற்றையெல்லாம் அரசியல் ரீதியாக சகஜமாக எடுத்துக் கொள்ளும் பக்குவத்தை பெனாசிர் அப்போதே பெற்றிருந் தார்.

ஆக்ஸ்போர்டில் பெனாசிரை அப்போது சந்தித்த ஸ்காட்லாந்து போலீஸ் 'உங்கள் உயிருக்கும் குறி வைக்கப்பட்டிருக்கிறது ஜாக்கிரதை' என்று எச்சரிக்கை செய்தார். இதனைக் கேட்ட மாத்திரத்தில் ஆக்ஸ்போர்டு நிர்வாகம் கவலையடைந்தது. 'இது மிகப்பெரிய நிறுவனம். உனக்கு தனியாக பாதுகாப்பு தந்து கவனித்துக் கொண்டே இருக்க முடியாது' என்றனர்.

அதற்கு பெனாசிர், 'இது குறித்து யாரும் கவலைப்பட வேண்டிய தில்லை. நான் என் உயிர் பற்றி கவலைப்படவில்லை' என்று கூறி விட்டார் பெனாசிர்.

ஆனால் அதன் பின்னரும் பெனாசிர் தன் தோழிகளுடன் சுதந்திர மாக சுற்றுவதையும் விவாதங்களில் பங்கெடுத்துக் கொள்வதையும் நிறுத்திக் கொள்ளவில்லை.

தோழிகளுடன் உற்சாகமாக அவர்களுடன் உணர்வுபூர்வமாக எந்த ஒரு விசயத்திலும் பங்கேற்பதை பெனாசிர் தவிர்க்கவே இல்லை.

ஒரு முறை தம்முடைய 24வது பிறந்த நாளின்போது ஆக்ஸ்போர்டு பல்கலைக் கழகத்தின் திறந்தவெளிப் பூந்தோட்டத்தில் இரவு நேரத்தில் தோழிகள் நண்பர்கள் புடைசூழ அமர்க்களமாக கொண்டாடி மகிழ்ந்தார்.

ஆக்ஸ்போர்டு பல்கலைக் கழகத்தில் தன்னுடைய செல்வாக்கை தன்னுடைய ஆளுமைத் திறத்தாலும், தைரியத்தாலும், புத்தி சாதுர்யத்தினாலும் மென்மேலும் வளர்த்துக் கொண்டதன் விளைவாக 1976 டிசம்பரில் ஆக்ஸ்போர்டு யூனியனின் தலைவராக பெனாசிர் தேர்வு செய்யப்பட்டார்.

அறிஞர்களுக்கு இணையாக ஏராளமான பட்டங்களோடு ஆண் களுக்கு சரிநிகர் சமமாக தனது மகள் பாகிஸ்தான் வந்தபோது, ‘என்னுடைய அரசியல் வாழ்க்கைக்கு நீ இனிமேல் உதவியாக இரு, உன்னுடைய அறிவும் உழைப்பும் இந்த தேசத்துக்கு தேவை’ என்று தந்தையும் பிரதமருமான பூட்டோ பாசத்துடன் தழுவிக் கூறினார்.

❖

3. பூட்டோ தூக்கிலிடப்பட்டார்

பாகிஸ்தான் அதிபர் யாகியாகான்தான் தேசத்தைக் கொன்று குழி தோண்டிப் புதைத்தவர் என்ற கோஷம் பங்களாதேஷ் யுத்தம் முடிந்த வுடன் பாகிஸ்தான் முழுவதும் எதிரொலித்தது.

அரசியல் கட்சிகளும் தொழிற்சங்கத் தலைவர்களும் அந்த மூர்க்கமான கோஷத்தை முன் வைத்து பெரிய போராட்டத்தை உருவாக்க முனைந்தனர். இந்த போராட்டத்துக்கான சதிச் செயலை திட்டமிட்டு உருவாக்கியவர் பூட்டோ.

யாகியாகானின் முன்யோசனையற்ற நடவடிக்கைகளால் ஏற்பட்ட இழப்புகளை எப்படி ஈடு செய்வது என்று மூலைக்கு மூலை கூட்டம் போட்டு பேச ஆரம்பித்து விட்டனர்.

போராட்டம் உச்ச கட்டத்திற்கு சென்று கொண்டிருக்கும் நிலை கண்ட யாகியாகான் ஒரு முடிவுக்கு வந்தார். ராணுவ தலைமை அதிகாரி குல்ஹஸனை அழைத்து அவரிடம் தமது ராணுவ ஆட்சி யாளர் பொறுப்பை ஒப்படைத்து விடலாம் என திட்டமிட்டார் யாகியாகான்.

பாகிஸ்தான் வெளியுறவுத் துறை அமைச்சராக இருந்த பூட்டோ, நியூயார்க்கில் ஐ.நா. கூட்டியிருந்த ஆலோசனைக் கூட்டத்தில் பாகிஸ்தான் பிரதிநிதியாக கலந்து கொள்ள சென்றிருந்த சமயத்தைப் பயன்படுத்தி யாகியாகான் ரகசியமாக குல்ஹஸனுடன் பேச்சு வார்த்தை நடத்தினர்.

இந்தச் செய்தியைக் கேள்விப்பட்ட மறு விநாடியே ஐ.நா. கூட்டத்தி லிருந்து வெளியேறி இஸ்லாமபாத் வந்தடைந்தார் பூட்டோ.

டிசம்பர் 20ஆம் தேதியன்று பூட்டோ ஒட்டுமொத்த ராணுவத்தை யும் தமது கட்டுப்பாட்டுக்கு கொண்டு வந்து யாகியாகானை பதவி யிலிருந்து விரட்டியடித்தார். தனக்குத்தானே 'ராணுவ ஆட்சியாளர்' என்ற கிரீடத்தை சூடிக் கொண்டார் பூட்டோ.

பதவியேற்ற சில நிமிடங்களிலேயே பங்களாதேஷ் போரில் ஏற்பட்ட தோல்விக்கான காரணங்களை ஆராய நீதிபதி ஹமூதுர் ரஹ்மான் தலைமையிலான விசாரணைக் கமிஷனை அமைத்தார் பூட்டோ.

பாகிஸ்தான் மக்களின் நம்பிக்கையை எல்லாக் காலத்திலும் பெற்றிருந்த காரணத்தினால் பூட்டோவை எவ்வித எதிர்ப்புமின்றி ஏற்றுக் கொண்டார்கள்.

ஹமூதுர் ரஹ்மான் அறிக்கை வந்ததும் மக்கள் மன்றத்தில் முன் வைத்து தோல்விக்கு காரணமான அதிகாரிகள் மீது நடவடிக்கை எடுப்பேன் என்று சூளுரைத்தார் பூட்டோ.

ரஹ்மான் அறிக்கை சமர்ப்பிக்கப்பட்ட பின்பும் சப்தமில்லாமல் இருந்தார் பூட்டோ. அதற்கு காரணமிருந்தது.

உலகையே உலுக்கியது அந்த அறிக்கை. பாகிஸ்தான் ராணுவத்தின் புரையோடிப் போன ஊழல்களை அந்த அறிக்கை அம்பலப்படுத்தி யிருந்தது.

ஜெனரல் நியாசி தொடங்கி அடிமட்ட அதிகாரிகள் வரை தோண்டித் தோண்டி ஆராய்ந்த அறிக்கை பாகிஸ்தான் ராணுவத் தின் கோரமான நிஜ முகத்தை தோலுரித்துக் காட்டியது.

ஒட்டுமொத்த ராணுவத்தையும் குற்றம் சாட்டும் ஹமூதுர் ரஹ்மான் கமிஷன் அறிக்கையை பூட்டோ மூடி மறைத்ததன் காரணம் இதுதான். என்ன தான் பின்னாளில் பிரதமரானாலும் ராணுவ ஆட்சியாளராகத் தானே அவரும் பதவிக்கு வந்தார்?

பூட்டோ பிரதமரானதும் செய்த முதல் காரியம் ராணுவத்தினர் மீதான கண்காணிப்பை அதிகரித்ததுதான். சிறந்த ஜனநாயக வாதியாக தன்னை வெளிப்படுத்திக் கொள்ள விரும்பிய பூட்டோ ராணுவத்தைக் காட்டிலும் தனக்கு உளவுத்துறை அதிகமாக உதவி செய்ய முடியுமென்று நம்பினார்.

உறங்கிக் கிடந்த உளவுத்துறை ஐ.என்.ஐ.யை பூட்டோ தட்டி எழுப்பினார்.

1947 டிசம்பரில் பாகிஸ்தானின் சர்வாதிகாரியாக முடிசூட்டிக் கொண்டவர் ஜுல்பிகர் அலி பூட்டோ தீவிர ஜனநாயக பாதியாகத் தன்னை அடையாளம் காட்டிக் கொண்டார்.

பூட்டோவின் காலம் மக்களுக்கு ஒரு மாறுதலான அனுபவமாக அமைந்தது என்பது மறுக்க முடியாத உண்மை.

1971 பங்களாதேஷ் யுத்தத்தின் இறுதியில் இந்தியப் பிரதமர் இந்திரா காந்தியுடன் சிம்லாவில் ஓர் அமைதி ஒப்பந்தம் ஏற்படுத்திக் கொண்டது. பூட்டோவுக்கு ஒருவகையில் நிம்மதி ஏற்பட்டிருந்தது. பாகிஸ்தான் அணு ஆயுதங்களை உற்பத்தி செய்வதன் மூலம்தான் தனக்கென உறுதியான பாதுகாப்பைப் பெற முடியும் என்று முடிவு செய்தார் பூட்டோ.

சவுதி அரேபியாவும், லிபியாவும், பாகிஸ்தானுடன் இணக்கமான உறவை ஏற்படுத்திக் கொள்ளத் தீவிரமாக முயன்று வந்தன. பாகிஸ்தான் அணு ஆயுத உற்பத்தியில் தன்னிறைவு அடையு மளவுக்கு முழுமூச்சுடன் செயல்பட இந்த தேசங்களிடமிருந்து பொருளாதார ஆதரவை கேட்க முடிவு செய்தார் பூட்டோ.

பூட்டோ 1965லிருந்தே 'மக்கள் இலையையும், புல்லையும் சாப்பிட் டாலும் பரவாயில்லை. முதலில் தேசப் பாதுகாப்பு முக்கியம்' என்று கூறி வந்தவர். பதவிக்கு வந்ததும் தான் நினைத்ததை செயல்படுத்தத் துவங்கி விட்டார்.

1975 வெளிநாடுகளில் சுற்றுப்பயணம் செய்து கொண்டிருந்த பாகிஸ்தானின் அணுசக்தி விஞ்ஞானி டாக்டர் ஏ.க்யூ.கான் அவசரமாக நாட்டுக்குத் திரும்ப அழைக்கப்பட்டார்.

சிஹாலா, கஹூட்டா என்ற இரு இடங்களில் அணு ஆராய்ச்சி நிலையங்கள் நிறுவப்பட்டன.

மக்களுக்கு தேவையான பல்வேறு திட்டங்களை பூட்டோ அறிமுகப்படுத்தினார். விவசாயக் கடன்கள், குறைந்த விலை மின்சாரம், சுலபத்தில் ரேஷன் பொருட்கள், மலிவாக கோதுமை என பாகிஸ்தான் மக்களுக்கு பல்வேறு சலுகைகளை பூட்டோ வாரி வழங்க வெகுசீக்கிரத்திலேயே மக்கள் நேசனாகி விட்டார்.

உலக நாடுகளிடமிருந்து வளர்ச்சித் திட்டங்களுக்கான கடன் உதவி களையும் வாங்கிக் குவித்தார் பூட்டோ.

ஜனநாயகத்தின் காவலர் என்ற பட்டம் பூட்டோக்கு மிகப் பொருத்தமாக பாகிஸ்தானில் அவரிடம் ஒட்டிக் கொண்டது.

ஆனால் பூட்டோவின் விதி வேறு விதமாக அமைந்து விட்டது. ஆட்சி மையத்தின் ஊழல்கள் பேசும் பொருளாகி கலவரம் தீ வைப்பு போராட்டம் என விஸ்வரூபமெடுத்து விட்டது.

பாகிஸ்தானின் ராணுவம் என்ற ராஜநாகத்தின் விஷப் பற்களை பிரதமராகப் பதவியேற்றதும் பிடுங்கி எறிந்த துணிச்சலான முடிவை எடுத்தார் பூட்டோ.

பாகிஸ்தான் ராணுவம் தங்களை மண்புழுவாக்கி விட்டாரே பூட்டோ என்று ஒவ்வொரு நாளும் புழுங்கிக் கொண்டிருந்தது.

குறிப்பாக ராணுவத் தளபதி ஜியாவுல் ஹக் தன்னுடைய வாழ்க்கை பள்ளிக்கூடத்து வாத்தியார் வேலை போலாக்கிவிட்டாரே பூட்டோ என்று நொந்து போயிருந்தார்.

தான் ஆட்சிக்கு வந்தவுடனே ஜியாவுல் ஹக்கை ராணுவத் தளபதி யாக அறிவித்து அழகு பார்த்தவர் பூட்டோ.

பாகிஸ்தான் ராணுவத்தின் ராணுவ அதிகாரிகளின் நாடித் துடிப்பை நன்கு அறிந்திருந்தவரான பூட்டோ, ஜியாவுல் ஹக்கின் ஒழுக்கம்

சார்ந்த கட்டுப்பாட்டு நடவடிக்கைகளை விரும்பியதே அதற்குக் காரணமாக இருந்தது.

ஜியாவிற்கு அபாரமான கடவுள் பக்தி. அதேசமயம் இரக்கம் என்பதே சிறிதும் இல்லாத கல் மனம் படைத்தவர்.

1924 ஆகஸ்டு 12-ஆம் தேதி ஜலந்தரில் ஒரு கீழ் மத்தியதரக் குடும்பத்தில் பிறந்தவர் ஜியாவுல் ஹக். சாதாரண அரசுப் பணியாளரான அவரது தந்தையால் மூன்று வேளை உணவு தர முடிந்ததே தவிர ஜியாவுக்கு வேறு வசதி ஏதும் செய்து தர முடியவில்லை.

படிப்பிலும், விளையாட்டிலும் வெறிமிக்க வேட்டை நாயைப் போலிருந்த ஜியா ராணுவக் கல்வியில் தேர்ச்சியடைந்த பின்பு 1944ல் பிரிட்டிஷ் இந்தியா ராணுவத்தில் சேர்ந்து பணியாற்றினார்.

பர்மா, மலேயா, ஜாவா போன்ற நாடுகளிலும் சிறிது காலம் பணியாற்றி திரும்பியிருக்கிறார்.

பாகிஸ்தான் பிரிவினைக்குப் பின் பாகிஸ்தான் ராணுவத்தின் நம்பிக்கைக்குரிய அதிகாரியாக விளங்கிய ஜியாவுக்கு 1969ல் பிரிகேடியர் புரமோஷன் கிடைத்தது.

அப்போது ஜோர்டன் மன்னருக்கும் பாலஸ்தீன விடுதலைப் படையினருக்கும் நடந்து கொண்டிருந்த கடும் யுத்தம், மத்திய கிழக்கு நாடுகளுக்கிடையே பெரும் தலைவலியாக இருந்தது.

அச்சமயம் அதிபராக இருந்த யாகியாகான் ஜோர்டன் மன்னருக்கு தரவான நிலை எடுத்து அவருக்கு உதவியாகத் தம் படை ஒன்றை அனுப்பி வைத்தார்.

ஜியாவின் தலைமையில் சென்ற பாகிஸ்தான் படை ஜோர்டன் மன்னர் ஹுசேனின் கவசமாக விளங்கி புரட்சிகர பாலஸ்தீன விடுதலைப் படையின் சிம்ம சொப்பனமாக ஆட்டிப் படைத்தது.

ஜியா தமது முன்னேற்றத்தின் ஒவ்வொரு வாசலையும் உறுதியுடன் திறந்து கொண்டே சென்றார். அதில் தயவு தாட்சண்யம், அன்பு, ஈகை, நன்றி எந்த நெகிழ்ச்சிக்கும் இடமளிக்காதவாறு அவரது பயணம் இருந்தது.

இல்லையென்றால் ஒழுக்கமானவர் ஜியா என்ற காரணத்திற் காக தாம் ஆட்சிப் பொறுப்பேற்றதும் ஜியாவை பாகிஸ்தான் ராணுவத் தளபதியாக்கி அழகு பார்த்த பூட்டோவுக்கு அரசியல் ஒழுக்கம் இல்லை என்று குற்றம் சாட்டி அவரைப் பதவியிலிருந்து நீக்கியதோடு மட்டுமல்லாமல் மரண தண்டனையும் விதிப்பாரா ஜியாவுல்ஹக்?

தொடர்ச்சியாக மிக அதிக காலம் பாகிஸ்தானை ஆண்டவர் முகமது ஜியா உல்ஹக். பதினோரு வருடங்கள். அதாவது பூட்டோவைக் கைது செய்த தினத்திலிருந்து 1988ல் ஜியா உல்ஹக் ஒரு விமான விபத்தில் இறந்த தினம் வரையில் அசைக்க முடியாத இரும்புத் தலைவராக பாகிஸ்தானில் இருந்தார்.

ஜியாவுல் ஹக் பதவிக்கு வந்த ஓராண்டு காலம்வரை தலைமை ராணுவ ஆட்சியாளராகவே இருந்தார். பிறகு தமக்குத்தாமே அதிபராக முடிசூட்டிக் கொண்டார்.

தன்னுடைய விருப்பத்திற்கே ஆட்சி செய்வார் என்று நம்பி முகமது கான் ஜுனேய் ஜோ என்பவரை பூட்டோவுக்குப் பதிலாக பொம்மை பிரதமராக உட்கார வைத்துவிட்டு பாகிஸ்தானை ஆளத் தொடங்கினார் ஜியா.

1977 ஜுலையில் ராணுவப் புரட்சி செய்த ஜியா, அக்டோபரில் கட்டாயம் பொதுத்தேர்தல் நடத்தி ஜனநாயக ரீதியிலான ஆட்சிக்கு வழி அமைத்துக் கொடுத்துவிட்டுத்தான் விலகிக் கொள்வேன் என்று முதன் முதலில் அதிபர் மாளிகையில் நுழைந்தவுடனே அறிவித்தார்.

அக்டோபர் வரை தேர்தல் நடத்துவதற்கான எந்த ஏற்பாட்டையும் ஜியா மேற்கொள்ளவில்லை.

தேச நலனை முன்னிட்டு பூட்டோவின் ஆட்சியைக் கணிப்பதாகக் கூறி கலைத்த ஜியா, உலகின் தலைசிறந்த ஜனநாயகத் தலைவர்களில் ஒருவராகக் கருதப்பட்ட பூட்டோவை சிறைப்பிடித்து தெருவுக்கு இழுத்து வந்து விட்டார்.

ஒரு கொலைக் குற்றச்சாட்டையும், தேர்தல் காலத்து வழக்குகள் சிலவற்றையும், நிர்வாகக் குளறுபடி ஊழல் குற்றச்சாட்டுகளையும்

சொல்லி பூட்டோவுக்கு கைவிலங்கு மாட்டிவிட்டார் ஜியாவுல்ஹக்.

ராவல்பிண்டி மாவட்டச் சிறையில் ஒரு இருட்டு அறையில் பூட்டோவை அடைத்துவிட்டு லாகூர் உயர்நீதிமன்றத்தில் வழக்கைத் தொடங்கி விட்டார்கள்.

பாகிஸ்தானைப் பொறுத்தவரையில், பூட்டோ அம்மக்களின் மனசாட்சியாகவும் ஜனநாயகக் காவலராவும் இருந்தார். அவரை அவ்வாறு கொடுமைப்படுத்தியது கண்டு கொந்தளித்த மக்கள் இடைவிடாத போராட்டத்தில் இறங்கினார்கள்.

எங்குப் பார்த்தாலும் பூட்டோவை ஆதரித்தும் ஜியாவுல்ஹக்குக்கு எதிராக கண்டனங்களை எழுப்பியும் பாகிஸ்தானில் அன்றாடம் கலவரம் நடைபெற்றது.

இதனால் கடும் நெருக்கடிக்கு ஆளான ஜியாவுல்ஹக் ஒரு கட்டத்தில் பூட்டோவை விடுதலை செய்து நாடு கடத்தி விடலாமா என்றுகூட யோசித்தார்.

அவ்வாறு நாடு கடத்தினால் ஈரானில் நாடு கடத்தப்பட்ட கொமேனி பிரான்சில் வசித்துக் கொண்டு புரட்சியைத் தூண்டி விட்டுக் கொண்டிருந்ததைப்போல பூட்டோவும் தலைவலி கொடுக்க மாட்டார் என்பது என்ன நிச்சயம்?

சிறைத் தண்டனையோடு பூட்டோவை எதற்கு விட்டு வைக்க வேண்டும் என ஜியாவுல்ஹக் நினைத்தார்.

லாகூர் நீதிமன்றத்தில் நடைபெற்ற விசாரணையில் பூட்டோவுக்கு தூக்குத் தண்டனை விதித்தது நீதிமன்றம்.

பாகிஸ்தான் இந்தத் தீர்ப்பைக் கேட்டு கொதித்தெழுந்தது. இது முழுக்க முழுக்க நீதிமன்றத் தீர்ப்பு, இதற்கும் தனக்கும் சம்பந்த மில்லை என்று ஜியாவுல்ஹக் வெள்ளை அறிக்கை வெளியிட்டார்.

இந்நிலையில் பூட்டோ சுப்ரீம் கோர்ட்டில் அப்பீல் செய்தார்.

தன் மீது சுமத்தப்பட்ட குற்றச்சாட்டுகள் அத்தனையுமே பொய் என்பதற்கு ஆதாரங்களை பூட்டோ அடுக்கடுக்காக எடுத்து வைக்க

மறுபுறம் அரசுத் தரப்பு ஆதாரங்களும் வலுவான பொய்யான ஆதாரங்களையும் போட்டிக்கு எடுத்து வைத்தன.

மார்ச் 18, 1978ல் லாகூர் உயர்நீதிமன்றம் பூட்டோவுக்கு மரண தண்டனை விதித்தது. அதனையே ஓராண்டுக்குப் பின் உச்சநீதி மன்றமும் உறுதி செய்தது.

ஏப்ரல் 4, 1979 அன்று ராவல்பிண்டி மத்திய சிறைச்சாலையில் பூட்டோவைத் தூக்கில் இட்டார்கள்.

1978 மார்ச் மாதத்தில் நடைபெறுவதாக இருந்த பொதுத் தேர்தலை தள்ளிப் போட்டார் ஜியாவுல்ஹக். அத்துடன் கட்சிகளின் அரசியல் நடவடிக்கைளுக்கு முற்றுப்புள்ளி வைத்தார்.

ஊர்வலம், பொதுக்கூட்டம், மாநாடு, பேரணி, செயற்குழு, பொதுக் குழு ஒன்றும் நடத்தக்கூடாது என்று கட்டளையிட்டார். இரு நூறுக்கும் மேற்பட்ட பத்திரிகையாளர்களை பல்வேறு காரணங் களுக்காக ஜியா கைது செய்தார். தினசரி இதழ்கள் அலுவலகங்கள் மூடப்பட்டன.

தேர்தல் நடத்த வேண்டுமென நாடெங்கும் கண்டனப் பேரணி களும், ரகசியக் கூட்டங்களும் நடைபெற்றன.

எச்சரிக்கையான ஜியாவுல்ஹக் பூட்டோவின் மனைவி நுஸ்ரத்தை யும், மகள் பெனாசிர் பூட்டோவையும் கைது செய்து வீட்டுக் காவலில் அடைத்தார்.

பாகிஸ்தானை ஒரு பரிபூரண இஸ்லாமிய தேசமாக செயல்படுத்த நடவடிக்கை மேற்கொள்வேன் என்று கூறிய ஜியாவுல்ஹக் முழுக்க ஒரு சர்வாதிகாரியாகத் திகழ்ந்தார்.

நாடெங்கிலும் பல ஷரியத் நீதிமன்றங்கள் ஜியா காலத்தில் திறக்கப் பட்டன. மது விலக்கு பூரணமாக அமல் செய்யப்பட்டது. சிறிய குற்றங்களுக்கு கடும் தண்டனைகள் வழங்கப்பட்டன.

பூட்டோ காலத்தில் துணிச்சலாக செயல்பட்டுக் கொண்டிருந்த கடத்தல்காரார்கள் எல்லாம் ஜியா காலத்தில் மாயமாய் மறைந்தனர்.

❖

4. பெனாசிர் பூட்டோவின் திருமணம்

காதல் திருமணமா... இல்லை ஏற்பாட்டுத் திருமணமா என்பதல்ல என் பிரச்சனை. திருமணம் என்பதே அவசியம்தானா என்று யோசிக்கிறேன். ஏனெனில் நான் தேர்ந்தெடுக் காமலேயே என் பயணம்.. போராட்டமான அரசியல் பாதையில் தொடங்கி விட்டது என்று தன்னுடைய தோழிகள் குடைந்து குடைந்து திருமணம், காதல் பற்றிக் கேட்ட கேள்விகளுக்கு அழுத்தம் திருத்த மாய் பதில் கூறிய பெனாசிரைப் பார்த்து அதிர்ந்து போனார்கள்.

தன்னுடைய செல்ல மகளின் வாழ்க்கை அரசியல் என்ற நெருப் பாற்றிலேயே கரை கடந்து போய் விடுமோ என்ற கவலை பெனாசிரின் இந்த கருத்தோட்டத்திற்கு பிறகு அவரது தாய் நஸ்ரத் பூட்டோவுக்கு ஏற்பட்டு விட்டது.

எனவே அடிக்கடி பெனாசிரை திருமணம் செய்து கொள்ளும்படி அவரது தாய் வற்புறுத்தத் தொடங்கினார். பெனாசிர் பூட்டோ அரசியலில் மிகத் தீவிரமாக இருந்த நேரம் அது.

பாகிஸ்தானை விட்டு வெளியேறி லண்டனிலிருந்தபடியே அரசியல் நடவடிக்கைகளில் ஈடுபட்டு வந்த பெனாசிர் 1986ல் பாகிஸ்தான் திரும்ப முடிவு செய்திருந்தார்.

உயிருக்குப் பயப்படாத தலைவராக தன்னை நிரூபிக்க வேண்டும் என்ற வெறி பெனாசிருக்குள் கொழுந்து விட்டு எரிந்ததை அங்கிருந்த மீடியா நண்பர்கள் கண்டு வியந்து அவருடனேயே பாகிஸ்தானுக்கு தயாராகினர்.

பெனாசிர் பூட்டோ பாகிஸ்தான் திரும்புகிறார் என்ற செய்தியைக் கேட்ட பாகிஸ்தானின் ஜியா அரசு எச்சரிக்கையானது.

பெனாசிர் பூட்டோவுக்கு எதிரான நடவடிக்கைகளுக்கும் வேறுபல அரசியல் நடவடிக்கைகளுக்காகவும், ஜியா உலக நாடுகளின் கண்டனங்களைப் பெற்றிருந்த நிலையில் பெனாசிரின் வருகைக்கு அனுமதி மறுக்கத் தயக்கம் ஏற்பட்டது.

பெனாசிர் தாராளமாக தாயகம் வரலாம். ஆனால் பொது நிகழ்ச்சி களில் பங்கேற்கக் கூடாது என்று நிபந்தனை விதித்தார் ஜியா.

நிபந்தனைகளைப் பற்றி பாகிஸ்தான் சென்ற பின்பு யோசித்துக் கொள்ளலாம் என்று புறப்பட்டு விட்டார் பெனாசிர்.

பத்து லட்சத்திற்கும் அதிகமானோர் திரண்டு நிற்க லாகூர் நகரமே ஆகஸ்டு 9 ஆம் தேதி திக்குமுக்காடிப் போயிருந்தது. அத்தனை உற்சாக வரவேற்பு.

பாகிஸ்தானிய மக்கள் ஜியா ஆட்சியின் ராணுவ மிரட்டல்களை யெல்லாம் தூர வீசி விட்டு தங்களின் வீரப்புதல்வியை மீண்டும் காண துடித்துக் கொண்டிருந்தது.

பெனாசிரை விமான நிலையத்திலிருந்து சாலையின் இருமருங்கிலும் கையசைத்து ஆரவாரம் செய்து வரவேற்றது மக்கள் கூட்டம்.

பாகிஸ்தான் மக்கள் கட்சி தலைமையில் ஏழு கட்சி கூட்டணி அமைத்து ஜியா அரசுக்கு எதிராக ஜனநாயக மீட்புப் போராட்டம் அங்கே மிகுந்த வீரியத்துடன் நடைபெற்றுக் கொண்டிருந்தது. பெனாசிரின் வருகையால் அதன் எழுச்சி இன்னும் பல மடங்கு உச்சத்துக்கு சென்றதை ஜியா அரசு கவனித்தது.

கராச்சியில் பெனாசிரின் வீட்டு முன்பாக கடலலையென திரண்ட கூட்டம் 'பெனாசிர் பூட்டோ வாழ்க' எனும் கோஷத்தை விண்ணுயர எழுப்பியது.

செப்டம்பர் 20ஆம் தேதிக்குள் நாடாளுமன்றத் தேர்தல் நடை பெறும் என்பதை ஜியா அரசு அறிவிக்க வேண்டும் என 39வது விடுதலை தினத்தன்று பேரணிகள் பொதுக் கூட்டங்கள் நடத்த பெனாசிர் பூட்டோ கட்சிக் கூட்டணி முடிவு எடுத்தது.

ஆனால் விடுதலை தினத்தன்று பேரணிகள் பொதுக் கூட்டங்கள் அரசியல் நிகழ்ச்சிகள் தடை செய்யப்பட்டன.

தொண்டர்களுடன் கார் பேரணி சென்று விமானத்தில் ஏறுவதற்கு முன்பாக பெனாசிர் தடுக்கப்பட்டதால் வீடு திரும்ப நேரிட்டது.

வீட்டுக்குத் திரும்பிய பெனாசிர் குரானை எடுத்து வந்து தொண்டர்கள் முன் வாசித்துக் காட்டியபடி வீட்டு முன்பாக நின்ற வேனில் ஏறி தொண்டர்களைப் பார்த்து கையசைத்தார்.

காவல் துறை ஓடிவந்து பெனாசிரை கைது செய்தது. பெனாசிர் எதிர்பார்த்ததுதான். பெனாசிர் கைது நிகழ்ச்சி பாகிஸ்தானில் விடுதலை தின நிகழ்ச்சிகளில் பெரிதும் எதிரொலித்தது.

இதன் காரணமாக நெருக்கடியில் தவித்த ஜியா அரசு வேறு வழி யின்றி பெனாசிரை விரைவிலேயே விடுதலை செய்ய வேண்டிய நிர்ப்பந்தம் ஏற்பட்டது.

திருமணத்தை வற்புறுத்தி வந்த நஸ்ரத் பூட்டோவுக்கு இச்சமயம் ஒரு வாய்ப்பு கிட்டியது. பெனாசிர் பூட்டோவுக்கு அச்சமயம் வயது 33. அதுவரையிலும் திருமணம் செய்யாமலேயே அரசியல் பணியில் இருந்து வந்தார்.

விடுதலையாகி வெளியே வந்த பெனாசிர் உள்நாடு மற்றும் வெளி நாடுகளிலும் தனக்கு ஆதரவைத் திரட்டும் முகமாக பிரச்சாரம் செய்ய முடிவு செய்தார்.

அச்சமயம் மக்கள் கட்சியின் ஒரு பிரிவினருக்கு பெனாசிரை தலைவராக ஏற்பதில் சிறிது தயக்கம் இருந்து வந்ததை அவரது தாய் நஸ்ரத் பூட்டோ கவனத்திற்கு கொண்டு வந்தார்.

பாகிஸ்தானில் உள்ள மதநம்பிக்கை மிகுந்த பெண்கள் திருமணமே ஆகாத இளம் பெண்ணை எப்படி தலைவராக ஏற்றுக் கொள்வார்கள் என்பது நியாயமான கருத்தாகவே பட்டது.

அதுமட்டுமின்றி சவுதி அரேபியா போன்ற நாடுகளுக்கு செல்ல வேண்டுமென்றால் கணவர் இல்லாத பெண்ணை அந்த நாட்டுத் தலைவர்கள் எப்படி சந்திப்பார்கள் என்பதும் முக்கியமான கேள்வி யாக இருந்தது.

முஸ்லீம் நாடு ஒன்றில் முதன் முதலில் பெண் ஒருவர் அரசியல் தலைவராக உருவெடுத்துள்ளார். அவர் முறைப்படி அங்கீகாரம் பெறுவதற்கு திருமணம் செய்வதுதான் சரி என்று தாய் நஸ்ரத் பூட்டோ முடிவு செய்தார்.

அச்சமயம் பலூசிஸ்தானில் முக்கியமான முஸ்லீம் சமூகத்தைச் சார்ந்த ஆசிப் அலி சர்தாரி குடும்பத்தின் தொடர்பு ஏற்பட்டது.

சர்தாரியின் குடும்பத்தினர் விருந்து ஒன்றில் பெனாசிரை சந்திக்க நேர்ந்தது. இரு குடும்பத்தாரும் மனம் விட்டு பேசியதில் இரு தரப்பினருக்கும் சம்மதம் ஏற்பட்டது.

1987 ஜூலை 29ஆம் தேதி இரு குடும்பத்தினரும் திருமணம் முடிவு செய்தனர். 1987 டிசம்பர் 18ல் ஆசிப் அலி சர்தாரிக்கும், பெனாசிர் பூட்டோவுக்கும் திருமணம் சிறப்பாக நடைபெற்றது.

5. தந்தையின் மரணத்துக்குப் பழிவாங்க புறப்பட்ட பெனாசிர்

உலக ஜனநாயகவாதிகளில் ஒருவராகக் குறிப்பிடப்பட்ட தனது தந்தை ஜுல்பிகர் அலி பூட்டோவின் இடத்தை நிரப்பும் ஆற்றல் தனக்கு முழுமையாக இருப்பதை விரைவிலேயே வெளிப்படுத்தும் வாய்ப்பு கிடைத்தபோது பெனாசிர் பூட்டோவை உலகமே திரும்பிப் பார்த்தது.

பாகிஸ்தானில் அரசியல் குழப்பங்கள் ஏற்பட்டு தன்னால் நியமிக்கப்பட்ட ராணுவ தளபதியே தன்னைக் கைது செய்து சிறையில் அடைக்கும் நிலைக்கு பூட்டோ ஆளாகியபோது பெனாசிர் நிலை குலைந்து போனார்.

படிப்பும் பட்டமும் பெற்று தந்தையைக் காண வந்த மகள் பெனாசிர் பூட்டோவையும் அவரது தாய் நஸ்ரத் பூட்டோவையும் பாகிஸ்தான் ராணுவம் வீட்டுச் சிறையில் அடைத்தது. தந்தையைப் பார்க்கக்கூட அனுமதிக்கவில்லை ராணுவம்.

படிக்கின்ற காலத்திலேயே பாகிஸ்தான் அரசியல் நிலவரங்களை விரல் நுனியில் வைத்திருந்தவர் பெனாசிர் பூட்டோ. காரணம் தந்தை பூட்டோ கற்றுக் கொடுத்திருந்த அரசியல் ஞானம்.

இந்தியப் பிரதமர் நேரு தான் மேற்கொள்ளும் முக்கியமான பயணங்களில் மகள் இந்திராவையும் உடன் அழைத்துச் செல்வது வழக்கம்.

அதுபோலவே பாகிஸ்தான் ஜனாதிபதியாக இருந்த பூட்டோவும் தனது மகள் பெனாசிரையும் அழைத்துக் கொண்டு சிம்லாவுக்கு 1972 ஏப்ரலில் வந்திருந்தார்.

இந்தியப் பிரதமர் இந்திராகாந்தியுடன் போர் நிறுத்த ஒப்பந்தம் தொடர்பாக பேச்சு நடத்த சிம்லா வந்திருந்தார் பூட்டோ.

ஒல்லிக்குச்சியாக இளம் வயதில் தான் இருந்ததைப் போலவே தோற்றமளிக்கும் பூட்டோவின் மகள் பெனாசிர் பூட்டோவை அழைத்த இந்திராகாந்தி, "நீ என்னைப் போலவே இருக்கிறாய்" என்று ஆச்சரியப்பட்டபோது, "உங்களைப் போலவே நான் வர வேண்டும் என்றுதான் என் அப்பா எனக்குச் சொல்லியிருக்கிறார்" என்று கூறினார் பெனாசிர் பூட்டோ.

1979 ஏப்ரல் மாதம் 4ஆம் தேதி தன்னுடைய தந்தை பூட்டோவை கொலைக் குற்றம் சாட்டி தூக்கிலிட்டபோது மிகவும் நொறுங்கிப் போனார் பெனாசிர் பூட்டோ.

பாகிஸ்தான் மக்கள் கட்சியின் முக்கியத் தலைவர்கள் அனைவரையும் ஜியாவுல்ஹக் வாரிச் சுருட்டி சிறைக்குள் போட்டுவிட்டது. பெனாசிரும் அவரது தாயும் வீட்டுச் சிறையில் வைக்கப்பட்டனர்.

தந்தையைக் கொன்ற ஜியாவுல் ஹக்கை பழிவாங்குவதுடன் தந்தை யின் அரசியல் இடத்தைத் தான் அடைந்தே தீர வேண்டும் என்ற வெறி பெனாசிரிடம் இருந்தது.

வீட்டுச் சிறையில் ஐந்து வருடங்களுக்கு மேல் வைக்கப்பட்டிருந்து அங்கிருந்து லண்டன் சென்று அங்கிருந்தபடியே அரசியல் காய்களை நகர்த்தி வந்தார் பெனாசிர். அதன் பின் தாயகம் திரும்பிய பெனாசிரை பாகிஸ்தான் அரசியல் அரங்கம் கரகோஷத்துடன் வரவேற்றது.

பாகிஸ்தான் அரசியலில் ஆவேசத்துடன் களம் இறங்கிய பெனாசிர் பூட்டோ நாடாளுமன்றத் தேர்தல் அறிவிப்புகளுக்காகக் காத்திருந் தார்.

தொண்ணூறு நாட்களில் தேர்தல் நடத்தப் போவதாக அறிவித்த ஜியாவுல்ஹக் *1988* ஆகஸ்ட் *17*ஆம் தேதி விமான விபத்தில் பலியாகி மரணமடைந்தார்.

அச்சமயம் பெனாசிர் பூட்டோ கர்ப்பமாக இருந்தார். கர்ப்பிணி பெண்கள் தேர்தல் பிரச்சாரத்தில் ஈடுபட மாட்டார்கள் என்று பலரும் எண்ணிக் கொண்டிருந்தார்கள்.

தேர்தல் அறிவிக்கப்பட்டிருந்த நிலையில் ஜியா மரணம் அடைந்த தால் தேர்தல் நடக்குமா என்ற சந்தேகம் ஏற்பட்டது.

ஆனால், ஜியாவுக்கு பதிலாக பொறுப்பேற்ற குலாம் இஷாக்கான் திட்டமிட்டபடி தேர்தல் நடைபெறும் என்று அறிவித்தார்.

கர்ப்பிணியான பெனாசிர் பூட்டோ பிரச்சாரத்துக்கும் தயாரானார். நாள் ஒன்றுக்கு *15* மணி நேரம் அவர் பிரச்சாரம் செய்த வேகம் கட்சித் தொண்டர்களிடையே மிகுந்த உத்வேகத்தை ஏற்படுத்தியது.

பூட்டோவின் அரசியல் வாரிசு என்பதை பெனாசிர் நிரூபித்து விட்டதாக அரசியல் விமர்சகர்கள் பரவலாக கருத்து தெரிவித்தனர்.

பாகிஸ்தான் நாடாளுமன்றத் தேர்தல் முடிவுகள் பெனாசிர் பூட்டோவுக்கு சாதகமாக வந்தன. கூட்டணிக் கட்சிகளின் ஆதர வோடு பெனாசிர் பூட்டோவின் பிரத்மர் நாற்காலிக் கனவு வெற்றி பெற்றது.

முப்பத்தைந்து வயதேயான இளம் வயது முதல் பிரதமராக ஜனாதிபதி மாளிகையின் இரத்தினக் கம்பளத்தில் பெருமிதத்துடன் நடந்து தந்தை பூட்டோவிற்கு தகுதி சேர்த்தார் பெனாசிர் பூட்டோ.

இந்திரா காந்தி, நேருவின் மிகச்சரியான அரசியல் வாரிசாக இந்தியா வில் எப்படிப் புகழ் பெற்றாரோ, அதுபோலவே பாகிஸ்தானில் ஜுல்பிகர் அலி பூட்டோவின் ஜனநாயகக் கனவுகளையும், ஆசை களையும் அவரது மகள் பெனாசிர் பூட்டோ நிறைவேற்றி வைப்பார் என்று பாகிஸ்தானிய மக்கள் நிறையவே எதிர்பார்த்தார்கள்.

சர்வதேச பல்கலைக் கழகங்கள் தந்த பட்டப் படிப்புகள், தேர்ந்த அரசியல் தலைவரான தந்தை பூட்டோவின் வழிகாட்டுதல் ஆகியவற்றுடன் தந்தையைக் கொன்ற ஜியாவின் ஆட்சியைக் துடைத்தெறியும் வெறி பெனாசிரிடம் கண்டு நம்பிக்கை குன்றாதிருந்தனர்.

ஓயாது தொல்லை கொடுத்த ஜியா அரசை எதிர்த்து அடிக்க அடிக்கத் துள்ளும் பந்தாக பாகிஸ்தானின் புரட்சிகரப் போராளியாக இருந்த பெனாசிர் மக்களின் பேராதரவைப் பெற்றிருந்தார்.

எனினும், அந்தக் கொடூரன் ஜியா விமான விபத்தில் இறக்கும்வரை பெனாசிரால் எந்தக் காயையும் நகர்த்த முடியவில்லை என்பது மெய்.

1988ல் நடந்த பொதுத் தேர்தலில் போட்டியிட்டு வெற்றி பெற்றது ஒன்றுதான் அப்போதைய சாதனை.

பதினோரு ஆண்டுகளுக்குப் பின் மீண்டும் பாகிஸ்தானில் ஜனநாயகம் மலர பெனாசிர் பூட்டோ காரணமாக இருந்தார்.

அரசியலிலும் சரி, வாழ்க்கையிலும் சரி பூட்டோ விட்டுச் சென்ற அழிக்க முடியாத அடையாளமாகத் திகழ்ந்தார் பெனாசிர்.

பெனாசிர் பூட்டோவால் அவரது தந்தையைவிட எத்தனையோ பல நல்ல சீர்திருத்தங்களைக் கொண்டு வந்து தேசத்தையும், தன்னையும் ஒரு சேர பலம்மிக்க சக்திகளாக ஆக்கியிருக்க முடியும். ஆனால், விதி அவரது நெருங்கிய உறவுகளே அவருக்குத் தீய சக்திகளாக அவரை அழிக்கப் பயன்பட்டது.

அவரது தாய், கணவர், சகோதரர்கள் ஆகியோர் பெனாசிரின் அரசியல் வாழ்வில் ஏராளமான விபத்துக்களை உருவாக்கக் காரண மாக இருந்து விட்டனர்.

ஜுல்பிகர் அலி பூட்டோ தூக்கிலிடப்பட்ட பின் அவரது பாகிஸ்தான் மக்கள் கட்சியின் தலைமைப் பொறுப்பை நடத்தி வந்தார் அவரது மனைவி நஸ்ரத் பூட்டோ. ஆனால், பதவி எதிலும் இல்லாமலேயே மக்கள் செல்வாக்கு பெற்ற தலைவியாக பெனாசிர் பூட்டோவே இருந்தார். இந்த ஈகோ தாய்க்கும் மகளுக்குமிடையே ஒரு எதிர்மனப்பான்மையை நிரந்தரமாகக் கொண்டிருந்தது.

நஸ்ரத் பூட்டோ தன்னுடைய தூரத்து உறவுகளையெல்லாம் போய் அழைத்து வந்து கட்சிப் பதவிகளில் உட்கார வைத்து பல பிரச்சனை கள் உருவாகக் காரணமாக இருந்தார்.

அரசியலில் இந்த உறவுச் சங்கிலியானது பதவியில் இருக்கும்போது எத்தகைய எதிர் விளைவுகளை ஏற்படுத்தும் என்ற அரசியல் பால

பாடத்தை நன்குக் கற்றிருந்த பெனாசிர் பூட்டோ தாயின் அதிகார வரம்பு மீறல்களைத் தடுத்து வந்தார்.

இவை எல்லாவற்றையும்விட பெனாசிர் தனது தலையில் சொரிந்து கொள்ளத் தேர்ந்தெடுத்த கொள்ளிக்குச்சியாக ஆசிப் சர்தாரியை கணவராக தேடி திருமணம் செய்து கொண்ட கொடுமைதான்.

ஆசிப் சர்தாரி சிந்தி மாகாணத்தின் பெரிய நிலச்சுவன்தாரராகவும், பிசினஸ் மேனாகவும் இருந்தவர்.

சிந்து நதிக்கரையையொட்டிய பல 100 ஏக்கர் நிலங்களை பூர்வீக மாகக் கொண்டவர். கராச்சி, ராவல்பிண்டி நகரங்களில் பெரிய மில்கள், ஓட்டல்கள், ரியல் எஸ்டேட் பிசினஸ் என்ற செல்வத்தில் திளைத்த குடும்பத்தைச் சேர்ந்தவர்.

ஆயினும், அரசியல் எனும் பாதையில் செல்வச் சுரங்கங்களை சுவீகரிப்பதற்கான எளிதான வாய்ப்புகள் இருக்கக் கண்டு மயங்கி விட்டார்.

பிரதமரின் கணவர் என்ற அதிகாரத்தில் கமிஷன் விசயத்தில் கோலோச்சி பத்து பர்சன்ட் சர்தாரி என்ற செல்லப் பெயரை கழுத்தில் மாட்டிக் கொண்டு அலைந்தார்.

பெனாசிரின் பெயர் ரோடு ரோலருக்குள் இவரால் சிக்கிக் கொண்டது. மேலும், பெனாசிரின் சகோதரர் முர்தாஸாவின் கதை பிரதமர் பதவிக்கே உலை வைக்கும்படியாக ஆக்கிவிட்டது.

தந்தை பூட்டோ தூக்கிலிடப்பட்டதும் அடுத்த குறி தானாக இருக்கலாம் என்ற அச்சத்தில் மத்திய கிழக்கு நாடுகளுக்கு ஓடிப் போனார் முர்தஸா பூட்டோ.

பல இஸ்லாமிய தேசங்களில் ஜியாவுக்கு எதிராக ஆதரவு கேட்கப் போய் தோற்று இறுதியில் ஆப்கன் ஆதரவுடன் ‘அல்ஜுல்பிகர்’ என்றொரு தீவிரவாத அமைப்பைத் தொடங்கினார் முர்தஸா. அக்கா பாகிஸ்தான் பிரதமர். தம்பி தீவிரவாதி. போதாதா எதிர்க்கட்சிகள் விமர்சனம் செய்வதற்கு?

முர்தஸா துவங்கிய தீவிரவாத அமைப்புக்கு பல நாடுகளிலிருந்து நிதியுதவி குவியத் தொடங்கியது.

தன்னுடைய சகோதரர் பெனாசிர் பாகிஸ்தானின் பிரதமராகிய

உடனே தன் பாதையை முர்தஸா மாற்றிக் கொண்டு திரும்பியிருக்க லாம்.

ஆனால், அவர் அதனை செய்யாது தந்தையின் மரணத்துக்கு பதினொரு ஆண்டுகள் கழித்து நீதி விசாரணை வைக்க வேண்டும் என்ற நிர்ப்பந்தம் கோரி ஒரு கட்டத்தில் பெனாசிர் பூட்டோவுக்கே தர்ம சங்கடத்தை உண்டு பண்ணி விட்டார்.

மேலும், பெனாசிர் கணவர் சர்தாரியை பாகிஸ்தானின் பெரிய கொள்ளைக்காரன் என்றும் வர்ணித்து பிரசங்கங்கள் செய்து பிரதமர் பெனாசிரைத் தலைகுனியச் செய்தார்.

தனது கணவர் சர்தாரியின் ஏற்பாட்டில் முர்தஸா மர்மமான முறை யில் படுகொலை செய்யப்பட்டு பிரதமர் பெனாசிரின் நெஞ்சுக்குக் கத்தி வந்து விட்டது.

சொந்த பந்தங்களின் வரன் முறையில்லாத ஆட்டங்களினாலும், அதிகார மீறல்களாலும் நிலைகுலைந்து போயிருந்த பெனாசிர் பூட்டோவுக்கு பஞ்சாப்பில் அச்சமயம் முதல்வராயிருந்த நவாஸ் ஷெரிப் குடைச்சல்களை கொடுக்கத் துவங்கியிருந்தார். ஜாதி அரசியலை முன்னெடுத்துச் சென்று மிகப்பெரிய ரத்த ஆறு உருவாக நவாஸ் ஷெரீப் காரணமானார்.

தொழிற்சங்கத் தலைவராக இருந்து அரசியலுக்குள் நுழைந்தவர் நவாஸ் ஷெரீப். சிறுபான்மை மக்களின் பாதுகாவலராகத் தன்னை அடையாளப்படுத்திக் கொண்டு அரசியலில் பல நகர்வை முன்னெடுத்துச் சென்றவர் இவர்.

பெனாசிரின் குடும்ப அரசியல் சந்தி சிரிக்கும் அளவுக்கு பலரும் கேள்விகளை அடுக்குவதற்கு ஏதுவாக இருந்த நிலையில், நவாஸ் ஷெரீப் அந்தக் கலங்கிய குட்டையில் அரசியல் வலை விரிப்பது இலகுவாக அமைந்தது.

நவாஸ் ஷெரீப் பெனாசிரின் நாற்காலிக்கு உலை வைக்கும் பிரம்மா ஸ்திரங்களை எழுப்பியபடி தன்னுடைய மக்கள் செல்வாக்கை ஆடிப் பட்டமாக உயரப் பறக்கவிட்டுக் கொண்டிருந்தார்.

பாகிஸ்தான் மக்கள் கட்சிக்குள் கூட்டணிக் குழப்பங்களும், குழி பறிக்கும் வேலைகளும், துரோக நடவடிக்கைகளும் பெனாசிருக்கு நெருக்கடிகளை ஏற்படுத்தியது.

❖

6. தீவிரவாதம் தலைவிரித்தாடிய பெனாசிர் ஆட்சி!

சுதந்திரம் அடைந்த இத்தனை ஆண்டுகளில் காஷ்மீர் ஓரளவேணும் அமைதியாக இருந்த காலம் பாகிஸ்தானில் பெனாசிர் முதல் முறை பிரதமராக இருந்த ஒன்றரை ஆண்டுகள்தான்.

பெனாசிர் பூட்டோ ஐ.எஸ்.ஐ.யின் நாசக்கார வேலைகளை அடியோடு வெறுக்கும் பிரதமராக இருக்கிறார் என்ற போதும் நாசக்காரச் செயல்களைத் தடுக்க இயலாத நிலையில் இருந்து வருகிறார் என்பதையும் இந்தியா கவனத்தில் கொண்டிருந்தது.

மும்பையைத் தலைமையிடமாகக் கொண்டு கடத்தல், கொலை, கொள்ளைகளில் ஈடுபட்டு வந்த தாவூத் அவனது வட்டாளிகள் எதிரிகள் உள்ளிட்ட இந்தி கிரிமினல் பாகிஸ்தானில் இருந்து செயல்பட வாய்ப்பு தேடியபோது இந்தியாவுக்கு எதிரான துருப்புச் சீட்டுகளாக அவர்களைப் பயன்படுத்த ஐ.என்.ஐ. முடிவு செய்தது.

பெனாசிர் பூட்டோ தமது ஆட்சிக்காலத்தில் போதை கடத்தல் சாம்ராஜ்ஜியம் வேர் விடுவதைக் கண்டு கொள்ளாமல் விட்டு

விட்டது அவருக்கு வினையாக மாறியது.

ஜியாவின் ஆட்சியின்போது பாகிஸ்தான் பக்கம் எட்டிப் பார்க்கக்கூட அச்சப்பட்ட போதை வியாபாரிகள் பெனாசிர் காலத்தில் பாகிஸ்தானை போதை கடத்தலுக்குத் தாயகமாக்கி விட்டனர்.

பெனாசிரின் அமைச்சரவையில் அடி முதல் நுனி வரை இருந்த அதிகாரிகளின் ஊழல் நடவடிக்கைகளால் போதை கடத்தல் முற்றிலும் தடுக்க முடியாது போயிற்று.

பெனாசிர் பூட்டோ தமது ஆட்சிக்காலத்தில் போதை கடத்தலைப் போலவே எல்லை தீவிரவாதத்தையும் உதாசினப்படுத்தி விட்டார்.

தொண்ணூறுகளின் தொடக்கத்தில் லஷ்கர் போன்ற பல தீவிரவாத இயக்கங்கள் தோன்றவும், இந்திய எல்லை ஓரம் வேரூன்றவும் பெனாசிர் அரசு முழுக்காரணமாக இருந்தது மறுக்க முடியாது.

பாகிஸ்தான் வசமுள்ள காஷ்மீரின் சில பகுதிகளில் ஒன்றான கில்கிட்டைச் சுற்றிய வடபகுதியில் தீவிரவாதக் குழுக்களை அமைத்து பயிற்சியளிப்பதற்கான ஆரம்பக்கட்ட பணிகளில் பாகிஸ்தான் ராணுவமே அச்சமயம் ஈடுபட்டிருந்தது.

வேலைவாய்ப்பு இல்லாமல் சுற்றிக் கொண்டிருந்த இளைஞர்களை யும், மத அடிப்படைவாத சித்தாந்தங்களில் நம்பிக்கை கொண்டிருந் தவர்களையும் திரட்டி ஆயுதப் பயிற்சியும், இலவச உணவும், ஓரளவு சம்பளம் அளிக்கும் திட்டம் ஒன்றை பாகிஸ்தான் ராணுவம் உருவாக்க முனைந்து கொண்டிருந்தது.

ராணுவத்துக்கு உதவும் சிவிலியன் படை என்பதாக முதலில் சொல்லப்பட்டது. பின்னர் பயங்கரவாத படையாக அது உருவெடுத்தபோது பெனாசிரால் எதுவுமே செய்ய இயலாமல் போய் விட்டது.

பயங்கரவாத அமைப்புக்குத் தீனி போட்டு வளர்த்துக் கொண்டு பக்கத்து நாடான இந்தியாவின் பகைமையை சம்பாதிக்க பெனா சிருக்கு விருப்பமில்லை. ஆயினும், பயங்கரவாதிகளுக்கான ஆயுதப் பயிற்சியை பெனராசிரால் தடுக்க முடியவில்லை. ராணுவத்தின் பகைமையை சந்திக்க பெனாசிர் தயாராக இல்லை.

பாகிஸ்தானில் பெனாசிர் பூட்டோவின் ஆட்சி நடைபெற்றுக் கொண்டிருந்த நாட்களில் ஆப்கானிஸ்தான் முழுவதும் ஏராளமான தீவிரவாதக் குழுக்கள் மிகத் தீவிரமாக செயல்பட்டுக் கொண்டிருந்தன.

பாகிஸ்தானில் பலூசிஸ்தான் மாநிலத்தின் மேற்கு எல்லையில் இருந்த சாமன் என்ற இடத்தில்தான் தாலிபான்களின் முதல் பயிற்சி முகாம் அமைக்கப்பட்டது.

தாலிபான்கள் மற்ற தீவிரவாத இயக்கங்களில் இருந்து சற்றே வேறு பட்டவர்கள். மற்ற இயக்கங்களில் தலைவர் என்று ஒருவர் இருப்பார்.

ஆனால், அதுபோல தனியாக யாரும் தாலிபான்களில் கிடையாது. பத்து பேர் கொண்ட நிர்வாகக் குழுதான் அத்தனை முடிவுகளையும் எடுக்கும். அதுவே அவர்களுக்கு ஆணையிடும்.

தாலிபான்களின் ஆளுகைக்கு உட்பட்ட பகுதியில் அவர்கள் வைத்ததுதான் சட்டம் என்ற அவல நிலையே இருந்தது.

தீவிரவாதக் குழுக்களுக்கிடையே அவ்வப்போது சண்டைகளும், உயிர்ப்பலிகளும் உண்டு.

தடி எடுத்தவன் எல்லாம் தண்டல்காரன் என்பதுபோல ஒவ்வொரு வரும் அவரவர் வலிமைக்கேற்க பல பகுதிகளை தங்கள் கட்டுப் பாட்டில் வைத்து ஆண்டு கொண்டிருந்தார்கள்.

ஆப்கானிஸ்தான் முழுவதையும் தன்னுடைய கட்டுப்பாட்டிற்குள் கொண்டு வந்து ஷரியத் சட்டப்படி நல்லாட்சி புரிய வேண்டு மென்று விரும்பியவன் ஓமர்.

ஒரு நாள் ஓமர் தனக்கு வேண்டியவர்களிடமிருந்து தன்னுடைய குழுவுக்கு தேவையான ஆயுதங்களை வாங்கிக் கொண்டு திரும்பிக் கொண்டிருந்தான்.

அவன் வந்த வழியில் ஒரு கிராமத்தில் தீவிரவாதிகள் சிலர் இரண்டு பெண்களை பாலியல் பலாத்காரம் செய்வதை நேரில் பார்த்து மிகவும் துடித்துப் போனான். உடனடியாக அந்தப் பெண்களைக் காப்பாற்ற நினைத்தபோதும் ஆயுதங்களைக் கொண்டு சேர்க்க வேண்டிய கடமை அவனைத் தடுத்தது.

தன்னிடமிருந்த ஆயுதங்களைக் கொண்டுபோய் இருப்பிடத்தில் பத்திரமாக வைத்துவிட்டு தன்னுடைய இயக்கத்தின் ஆட்கள் சிலருடன் திரும்பி வந்து பார்த்தபோது தீவிரவாதிகள் அந்தப் பெண்களை சீரழித்துக் குப்பைபோல் வீசிவிட்டு சென்றிருந்தார்கள்.

அதன் பிறகு அந்தத் தீவிரவாதிகள் சென்ற வழியில் பின்தொடர்ந்து அவர்கள் அனைவரையும் கட்டியிழுத்து வந்து அந்தப் பெண்களைக் கற்பழித்த இடத்திலேயே நிற்க வைத்து ஓமர் சுட்டுக் கொன்றான்.

கிராம மக்கள் கண்முன்னே அந்தத் தீவிரவாதிகளுக்கு ஓமர் வழங்கிய தண்டனை அவனை ஹீரோவாக்கிவிட்டது. ஓமரைப் பற்றிய புகழ் ஆப்கானிஸ்தான் மக்களிடையே வேகமாகப் பரவியது.

கந்தஹாருக்கு அருகே நொடே என்னும் கிராமத்தில் ஹோடக் ஆதிவாசிப் பிரிவில் உள்ள துரானி பஷ்டூன் இனத்தைச் சேர்ந்தவன் ஓமர்.

பெனாசிர் பூட்டோவின் ஆட்சி நடைபெற்று வந்த அக்காலக் கட்டத்தில் பாகிஸ்தானில் இருந்து புறப்படும் சரக்கு வண்டிகள் மத்திய கிழக்கு நாடுகள், மத்திய ஆசிய நாடுகள் போன்ற இடங்களுக்குச் செல்வதென்றால் ஆப்கானிஸ்தானைக் கடந்துதான் செல்ல வேண்டும்.

எனவே, ஆப்கனில் உள்ள இந்தத் தீவிரவாதிக் குழுக்களுக்கு வழிப்பறி என்பதே வாழ்க்கையாகி விட்டது.

லாரியில் பொருட்களை ஏற்றிக் கொண்டு செல்பவர்களை ஆங்காங்கே உள்ள பல்வேறு தீவிரவாதக் குழுக்களும் வழிமறித்து ஈவு இரக்கமின்றி சுட்டுக் கொன்று போட்டு போய்க் கொண்டே இருப்பது வழக்கம்.

இது குறித்து புகார் செய்யவோ அதைக் கேட்பதற்கோ ஆப்கானிஸ் தானில் நிலையான அரசு ஏதும் இல்லாத நிலையில் பாகிஸ்தான் இந்த வர்த்தகத்தில் பெரும் இழப்பைத் தொடர்ந்து சந்தித்து வந்தது.

ஆப்கானிஸ்தான் வழியாக லாரியை ஓட்டுவதற்கே டிரைவர்கள் அஞ்சி உயிருக்குப் பயந்து மறுக்கும் நிலை பாகிஸ்தான் அரசுக்கு மிகப்பெரிய சவாலாக இருந்தது.

ஆட்சிப் பொறுப்பிலிருந்த பெனாசிர் பூட்டோவுக்கு ஆப்கானிஸ்தான் பிரச்சனை மிகப்பெரிய தலைவலியாக இருந்தது.

அதனை சரி செய்ய வேண்டிய கட்டாயத்தில் இருந்த பெனாசிர் பூட்டோ ஐ.எஸ்.ஐ. இயக்குநருடன் கலந்து ஆலோசித்தார்.

அப்போது ஐ.எஸ்.ஐ. இயக்குநர், "மக்களின் ஆதரவு பெற்றவர் ஓமர். அவருக்கு பதவி வெறியோ பண வெறியோ கிடையாது. மதத்தின் மீது அபாரமான பற்றுதல் அவருக்கு உண்டு. ஷரியத் வழியில் ஆட்சி செய்ய விரும்பும் அவர்தான் நமது சரியான தேர்வு அவர் ஆப்கானிஸ்தானைக் கைபற்றுவதற்கு நாம் உதவி புரிந்தால் நம்முடைய பிரச்சனைகள் அத்தனையும் தீர்ந்துவிடும்" என்றார்.

அதனைக் கேட்ட பெனாசிர் பூட்டோ எப்படியோ பாகிஸ்தானின் தலைவலி தீர்ந்தால் சரி என்று அதற்கு சம்மதித்தார்.

பாகிஸ்தானின் ஐ.என்.ஐ. பெனாசிரின் அந்த சம்மதத்திற்காகவே காத்திருந்ததுபோல மின்னல் வேகத்தில் தாலிபான்கள் ஆட்சி மலரச் செய்வதற்கான காரியத்தில் ஈடுபட்டது.

ரகரகமாய் எண்ணற்ற வலிமையான ஆயுதங்களை தாலிபான் களுக்கு வழங்கியது.

ஆயுதங்களைக் கொடுத்தால் போதுமா? அந்தத் துப்பாக்கிகளை எப்படி பயன்படுத்துவது என்பது போன்ற நுணுக்கமான பயிற்சியை யும் அவர்களுக்கு அளித்தது.

தாலிபான்கள் இயக்கத் தலைவர் ஓமர் தன்னுடைய இயக்கத்திற்கு ஆள்சேர்க்கும் முயற்சியில் ஈடுபட்டார். ஓமரின் பார்வை மதரஸாக்கள் பக்கம் திரும்பியது. தாலிபான்களுக்கு அதுதான் சரியாக இருந்தது.

மதரஸாக்களில் இருக்கும் சுமார் இருபது வயது மாணவர்கள் தான் தாலிபான்களின் இலக்காக இருந்தது. அந்த வயதுடைய மாணவர் களைக் கண்டால் அப்படியே அத்தனை பேரையும் இலக்கத்திற்கு அள்ளிக் கொண்டு வந்து விடுவது வழக்கம்.

மதரஸாக்களில் ஒரு வேளை மட்டும் தான் மதப்பாடம் மற்ற நேரங்களில் எல்லாம் இராணுவப் பாடம்தான். ஓமர் தன்னுடைய

இயக்கத்தில் நடைபெறும் பயிற்சிகளுக்கான பாடத்திட்டங்களைத் தானே கைப்பட தயாரித்து அளித்து வந்தார்.

தாலிபான் இயக்க உறுப்பினருக்கான அடிப்படை தகுதி என்ன வென்றால் முதலில் அவர் இஸ்லாமியராக இருக்க வேண்டும். அதிலும் சன்னி பிரிவைச் சேர்ந்தவராக இருப்பது மிகவும் முக்கியம். அதைக் காட்டிலும் அவர் பஷ்டூன் இனத்தைச் சேர்ந்தவராக இருப்பது அதிமுக்கியம்.

தாலிபான்களின் இயக்கத்திற்கு பாகிஸ்தானின் பெனாசிர் பூட்டோ வின் மறைமுக ஆசிர்வாதமும் ஐ.எஸ்.ஐ.யின் உதவியும் மட்டுமின்றி அமெரிக்காவின் கை குலுக்கல்களும், ஆயுத உதவிகளும், ராணுவப் பயிற்சி உதவிகளும் மிகவும் தாராளமாக கிடைத்தது.

ஆயுதங்கள், பண உதவி, மக்கள் ஆதரவு, அமெரிக்க வல்லரசின் தலையாட்டல், பாகிஸ்தான் தோழமை இவையெல்லாம் தாலிபான் இயக்கத்தினை அசுர வளர்ச்சிக்கு இட்டுச் சென்றது.

வலிமைமிக்க போராளி இயக்கமாக வளர்ந்த தாலிபான் ஆட்சி யாளர்களாக மாறும் ரசவாத வெற்றிக்கு தயாராக இருந்தார்கள்.

ஒட்டுமொத்த ஆப்கானிஸ்தானத்தையும் தங்கள் வசம் கொண்டு வரும் போராளிகளாக தாலிபான்கள் நம்பிக்கையுடன் புறப்பட்டு விட்டார்கள்.

அவர்களின் அசாதாரண துணிச்சலும், அதிதீவிரத் தாக்குதல்களும், உச்சகட்ட மிரட்டல்களும் அவர்களை ஆப்கனின் கதாநாயகர் களாக்கியது. எங்கு பார்த்தாலும் அவர்களுக்கு வரவேற்பு, பணம் ஆயுதம் உதவிகள் மழையாக கொட்டியது.

தாலிபான்களுக்கான கூடாரங்கள், நவீன வசதிகள் கேட்காம லேயே அவர்களுக்காக காளான்களைப் போல முளைத்துக் காத்துக் கிடந்தன. தாலிபான்கள் கந்தஹாரை நோக்கி அமெரிக்கா வழங்கிய பீரங்கிகள் வெடிகுண்டுகள் பட்டாசு முழங்க சென்றபோது மிக எளிதாக ஓமரால் ஆப்கானிஸ்தானை கைப்பற்ற முடிந்தது.

ஆப்கானிஸ்தானில் ஓமரின் வெற்றி அவரை புகழின் உச்சத்திற்கு இட்டுச் சென்றது. பாகிஸ்தான் தங்களுக்கு காவல்காரர்கள் தேவை

என்று போர்டு போட்டதுபோல தாலிபான்கள் பல்வேறு பெயர்களில் தங்களின் தீவிரவாதக் குழுக்களை பாகிஸ்தானில் பல இடங்களில் உருவாக்கினர்.

ஆப்கனில் ஆட்சியைப் பிடித்த தாலிபான் போராளிகள் அதன் பின்னர் உலகை அச்சுறுத்தும் தீவிரவாதிகளாக தங்களை அடையாளப்படுத்திக் கொண்டனர்.

தாலிபான் இயக்கத்தினர் இஸ்லாமிய ஒழுக்கக் கட்டுப்பாடு என்று வரும்போது நூறு சதவிகிதம் சரியாக இருக்க வேண்டும் என்பதில் ஈவு இரக்கமின்றி மிகுந்த உறுதிப்பாட்டுடன் இருந்தார்கள்.

துளிகூட அதில் குறையக் கூடாது. அப்படி குறைந்தால் யாராக இருந்தாலும் தண்டனை வழங்கப்படும். தண்டனையும் இஸ்லாமிய முறைப்படிதான் வழங்கப்படும்.

இறைத்தூதரின் வழியில்தான் நாம் செல்கிறோம். அதைத் தட்டிக் கேட்க யாருக்கும் உரிமை கிடையாது என்று ஓமர் தாலிபான் இயக்க சாட்டையை சுழற்றிக் கொண்டிருந்தார்.

தாலிபான் இயக்கத்தின் ஆப்கானிஸ்தானிய ஆட்சியின்போது பெண்களுக்கான கட்டுப்பாட்டு விதிமுறைகளில் மிகவும் கடுமையாக நடந்து கொண்டார் ஓமர்.

பெண்கள் கல்விக் கற்கக் கூடாது. பெண்கள் வேலைக்கு செல்வது தடை செய்யப்பட்டது. ஓரிடத்தில் வேலை செய்து கொண்டிருந்த ஆயிரக்கணக்கான பெண்களை பணியிலிருந்து நீக்கினார்கள்.

அவர்களில் பெரும்பாலானவர்கள் பள்ளி ஆசிரியைகளாகப் பணி யாற்றியவர்கள் என்பதால் அவர்கள் பணியாற்றிய பள்ளிக் கூடங்கள் மூடப்பட்டன.

பெண்கள் நின்றால் குற்றம், நடந்தால் குற்றம், பேசினால் குற்றம், பிற ஆண்களிடம் எப்போதாவது பேசினாலும் மாபெரும் குற்றம்.

தாலிபான்களைப் பொறுத்தமட்டில் பெண்கள் வம்ச விருத்திக்கான இயந்திரம், சமைத்துப் போடும் மெஷின்கள் அவ்வளவே!

எட்டு வயது பெண்ணாக இருந்தாலும் நெருங்கிய இரத்த உறவு அல்லது கணவன் ஆகியோர் தவிர வேறு எந்த ஆணுடனும்

நேரடியாகப் பேசவோ, எந்த விதத்திலும் தொடர்பு கொள்ளவோ கூடாது.

வேறு ஆண்கள் யாராவது வீட்டிற்குள் வரும் நிலை ஏற்பட்டால் ஹாலில் நிற்கக்கூட பெண்களுக்கு அனுமதி கிடையாது.

ஆண்களின் உணர்வுகளைத் தூண்டும் விதத்தில் கண்ணைப் பறிக்கும் நிறத்தில் வண்ண ஆடைகள் எதையும் அணிவதற்கு தடை விதிக்கப்பட்டது.

உடலை முழுமையாக மறைக்கும் விதத்தில் பர்தா அணியாமல் தெருவில் வருவது கூடாது. வெளியில் வரும் நேரத்திலும் கணுக்கால் கூட வெளியில் தெரியக் கூடாது என்பது முக்கியம்.

உடலை இறுக்கும் விதத்திலோ, நாகரீகமாகவோ ஆடை அணிவதும் தடை செய்யப்பட்டது.

ஹைஹீல்ஸ் காலனிகளை ஒருபோதும் அணியக் கூடாது. ஆண் களின் இச்சைகளைத் தூண்டக்கூடிய வகையில் அது சத்தம் எழுப்பும் என்பதே காரணம்.

தெருவில் செல்லும் ஆண்கள் தப்பித் தவறிக்கூட வீடுகளில் உள்ள பெண்களைப் பார்த்துவிடக் கூடாது என்பதால் தரைத்தளம் மற்றும் முதல் தளத்தில் உள்ள அனைத்து ஜன்னல்களும் வண்ணங்கள் பூசப் பட்டும் திரையிடப்பட்டும் இருக்க வேண்டும்.

பெண்கள் புகைப்படம் எடுத்துக் கொள்ளக் கூடாது. பெண்கள் தங்களுடைய வீடுகளுக்கு உள்ளே உள்ள பால்கனியில் நிற்பதைக் கூட தவிர்க்க வேண்டும். ஆண்களுடன் பெண்கள் ஒரே பேருந்தில் பயணிக்கக் கூடாது. சைக்கிள் ஓட்டக் கூடாது.

இதுபோன்ற பல்வேறு கட்டுப்பாடுகளை பெண்களுக்காக ஓமர் கூறி யிருந்தார். நாம் அனைவரும் இங்கே ஒரு கருவி மட்டும்தான். ஆகையால் நம்மை வழிநடத்தப் போவது ஷரியத் சட்டங்கள்தான் என்பதில் ஓமர் கடுமையாக இருந்தார்.

❖

7. கணவரும் மனைவியும் தனித்தனி சிறையில்

நவாஸ் ஷெரீப் சிந்திகளுக்கும் முஹாஜிர்களுக்குமிடையே இனப்போரைத் தூண்டி பெரும் கலவரமாக உருவெடுக்கச் செய்தார்.

பெனாசிரின் கணவர் சிந்தி இனத்தவராகையினால் இந்த இனப்போர் அரசாங்க செல்வாக்குடன் மிகப்பெரிய போராக ஹைதராபாத் மாகாணத்திலுள்ள புக்காகிலா என்னுமிடத்தில் வெடித்தது.

குண்டுவெடிப்புகளும், கொலைகளும் இரத்த ஆறுகளுமாக கலவரம் ஆங்காங்கே தொடர்ந்து வெடித்தன.

மனித இரத்தக் கால்வாய்களை அணை கட்டத் தவறியதுடன் வேடிக்கை பார்த்ததுடன் தூண்டு சக்தியாக இருந்த குற்றச்சாட்டுக்கு ஆளானது பெனாசிர் அரசு.

ராஜ தந்திரமும், தேசப்பற்றும், ஜனநாயக நேசமும் கொண்டவரான மிர்ஸா அஸ்லம் பேக் என்பவர்தான் அச்சமயம் பாகிஸ்தான் ராணுவத்தரின் தளபதியாக இருந்தார்.

அன்றைய பாகிஸ்தானின் கலவரம் உச்சத்தைக் கட்டுப்படுத்த உடனடியாக பெனாசிர் அரசை கலைக்க வேண்டியதன் அவசியத்தை பாகிஸ்தான் அதிபர் குலாம் இஷாக்கானுக்கு எடுத்துரைத்தார் ராணுவத் தளபதி.

1990 ஆகஸ்டு 6ஆம் தேதியன்று பெனாசிர் ஆட்சியைக் கலைக்கும் உத்தரவில் கையொப்பமிட்டார் அதிபர்.

பெனாசிர் மீது ஊழல் மற்றும் சட்டமீறல் வழக்குகளும் தொடரப் பட்டது. ஆசிப் சர்தாரியையும் பெனாசிரையும் சிறையில் அடைத் தனர். ஹைதராபாத் மாகாணக் கலவரங்களில் ஓடிய ரத்த ஆறு பெனாசிர் ஆட்சியை அடித்துச் சென்றுவிட்டது.

கணவர் சர்தாரி ஒரு சிறையிலும் மனைவி பெனாசிர் பூட்டோ மற்றொரு சிறையிலுமாக தங்களின் செல்வாக்கை இழந்து துயருற்றனர்.

பஞ்சாப் சிங்கம் நவாஸ் ஷெரீபுக் அதிபர் குலாம் இஷாக்கான் பதவிப் பிரமாணம் செய்து பிரதமர் நாற்காலியில் உட்கார வைத்து விட்டார்.

டிசம்பர் 1988ல் பதவி ஏற்ற பெனாசிர் பூட்டோவை சுமார் ஒன்றரை ஆண்டு காலமே ஆட்சியில் வைத்திருந்தது பாகிஸ்தான். ஆகஸ்ட் 1990ல் டிஸ்மிஸ் செய்து விட்டது.

ஜனநாயகமும் ராணுவ ஆட்சியும் மாறி மாறி வரும் பாகிஸ்தானில் ஆட்சியிலிருக்கும் யாருக்குமே அடுத்த நிமிடம் குறித்த உத்திரவாதம் எப்போதுமே இருந்ததில்லை.

யாரால் எப்போது எப்படி ஆட்சி கவிழப் போகிறது என்று எதிர் பார்த்தபடியே பதவி நாற்காலியை பற்றிக் கொண்டிருக்க வேண்டும்.

பாகிஸ்தானில் ஒரே நிரந்தர அரசாங்கம் ஐ.என்.ஐ. மட்டும்தான். அரசியல் எதிரிகளை திசை திருப்பவோ அழிக்கவோ ஆட்சி யாளர்கள் ஐ.என்.ஐ.யைத்தான் பெரிதும் நம்பினார்கள். இந்த உளவுத்துறையின் கருத்தைக் கேட்காமல் பாகிஸ்தானில் ஒரு அணுவையும் அசைக்க முடியாது.

இந்த அழுத்தமான உண்மையைத் தெரிந்த போதிலும் பெனாசிர் பூட்டோ கண்டு கொள்ளாமல் அலட்சியப்படுத்தியது தான் ஆட்சிக் கலைப்புக்கு அஸ்திவாரம் எனப்படுகிறது.

கண்ணுக்குத் தெரியாத அரசாங்கமாக பாகிஸ்தானை ஆட்டிப் படைத்துக் கொண்டிருக்கும் அந்த உளவு அமைப்புக்கு இத்தனை அதிகாரமும் பலமும் ஏற்பட்டது யாஹியாகான் காலத்தில்தான்.

அண்டை நாடுகள் மீதான முடிவுகளை இந்த ஐ.எஸ்.ஐ. உளவு அமைப்பு யாருடைய உத்தரவின்றியும் தன்னிச்சையாக எடுத்து நாச வேலைகளை சுதந்திரமாக எடுத்து வந்திருக்கிறது.

பெனாசிர் பூட்டோவின் அரசியல் சரிவுக்கு இந்த உளவு அமைப்பை அலட்சியப்படுத்தியதும் காரணமாகும்.

பெனாசிர் பூட்டோ எல்லா ஆட்சியாளர்களையும் போல இந்த ஐ.எஸ்.ஐ. உளவு அமைப்புக்கு சலாம் போட்டுக் கொண்டு ஆட்சி நடத்த விரும்பாததற்கு ஒரு அடிப்படையான காரணம் இருந்தது.

தன்னுடைய தந்தை பூட்டோவின் வீழ்ச்சிக்கு முழு முதற்காரணமாக திரைமறைவில் இருந்தவர்கள் இந்த ஐ.எஸ்.ஐ. என்பதால் ஆட்சிக்கு வந்ததும் ஐ.எஸ்.ஐ. பல்லைப் பிடுங்குவதற்கு திட்டமிட்டார்.

பாகிஸ்தான் ராணுவ அமைச்சகத்தின் கட்டுப்பாட்டின்கீழ் இயங்கும் ஐ.எஸ்.ஐ. அமைப்பானது, பல ஓய்வு பெற்ற காவல் துறை அதிகாரிகள், ராணுவ ஜெனரல்கள், தொழில்நுட்ப வல்லுநர்கள், அரசியல் சாணக்கியர்கள், பேராசிரியர்கள், ஓய்வு பெற்ற தீவிர வாதிகள், வாடகைக் கொலைகாரர்கள் என பலதரப்பட்ட நபர்களைக் கொண்டு உருவாக்கப்பட்ட உளவுப் பிரிவாகும்.

பிடிக்காத ஆட்சியைக் கலைப்பதற்கோ பிரச்சனைகளை ஏற்படுத்து வதற்கோ இந்த ஐ.எஸ்.ஐ. அமைப்புகள் நாடெங்கும் குட்டிக் கலவரங்கள் முதல் பெரிய ரணகளம் வரை திட்டமிட்டு ஏற்படுத்து வதில் கை தேர்ந்தவர்கள்.

ஆட்சிக்கு வந்ததும் பெனாசிர் பூட்டோ ஒரு புலனாய்வு அமைப்பு ஒரு அரசாங்கத்தை ஆட்டிப் படைக்கும் வேலையைச் செய்து கொண்டிருப்பதா என்ற கோபத்தில் அந்த அமைப்பை ஓரம் கட்டும்

வேலையைத் துவங்கினார்.

முதல் கட்டமாக உள்துறையின் கட்டுப்பாட்டிலுள்ள மற்றொரு உளவுப் படையான ஐ.பி.க்கு அந்தஸ்தையும் முன்னுரிமையையும் அதிகப்படுத்தினார் பெனாசிர்.

மசூத் ஷெரீப் என்ற ஓய்வு பெற்ற ராணுவ ஜெனரலை தன் கணவர் சர்தாரியின் பரிந்துரைப்படி ஐ.பி.க்கு இயக்குநராக்கினார். ஐ.பி.யில் புதிதாக இருபது இணை இயக்குனர்களையும் நியமித்தார் பெனாசிர்.

அதுமட்டுமின்றி அதிரடியாக மற்றொன்றையும் முன்னெடுத்து நடத்தினார் பெனாசிர். ஐ.பி.யின் முக்கியத்துவத்தை மட்டும் அதிகப் படுத்தினால் போதாது ஐ.எஸ்.ஐ.யின் முக்கியத்துவத்தை தடாலடி யாக கீழே கொண்டு வர வேண்டும் என முடிவு செய்தார்.

இரு உளவு அமைப்புகளும் இனி இணைந்தே செயல்படும். மேலும் அயல்நாட்டு விவகாரங்களில் ஐ.பி.யைக் கலந்து ஆலோசிக்காமல் ஐ.எஸ்.ஐ. எந்தச் செயலிலும் இறங்க கூடாது என்றும் உத்தர விட்டார்.

அடுக்கடுக்காக துணிச்சலாக ஒரு பெண் பிரதமர் அதிரடி நடவடிக்கைகளை ஏற்படுத்தி தங்களை செல்லாக் காசாக்க முடிவு செய்து விட்டதைக் கொண்டு ஆத்திரத்தின் உச்சத்திற்கே சென்று விட்டது ஐ.எஸ்.ஐ.

பெனாசிருக்கு சங்கு ஊதாமல் விடக் கூடாது என்பதில் உறுதியாக இருந்தது ஐ.எஸ்.ஐ. அதன் நடவடிக்கை தொடர்ச்சிதான் ஹைதராபாத் கலவரமும் முர்தஸா கொலை சர்ச்சையும் என்று கூறப்பட்டது.

❖

8. பெனாசிர் பூட்டோவைக் கொன்று விடலாம்

பாகிஸ்தான் வானத்தின் வர்ணஜாலம் வானவில். ஜனநாயகக் காற்றால் வீங்கிப் பறந்த கனவுப் பலூன். ஆம் எல்லோரையும் ஈர்த்த ஒன்று பெனாசிர் பூட்டோ.

எல்லோர் கண்ணீரையும் துடைத்து விடுவாள் இந்த கனவு தேவதை. இந்தியாவில் எல்லோருக்கும் நேரு மாமா என்றால் அங்கே பூட்டோ அப்பாவைப் போல.

அப்பாவை அரசியல் ரத்தத்தில் தொலைத்துவிட்ட அப்பாவிப் பெண் பெனாசிர் பூட்டோ.

புரட்சிக்குப் பொருந்தாத அழகுப் பொம்மை தோற்றம். ஆயினும் பாகிஸ்தான் புரட்சித்தீ அவரை வாரித் தூக்கிக் கொண்டது.

அப்பாவைக் கொன்ற ஜியாவை நிர்மூலமாக்குவதற்கு கட்டளையிட்டது காலம். பெனாசீர் பழி வாங்குமுன்பே ஜியா மாண்டு போனார். ஜனநாயக மலராக 1988ல் பாகிஸ்தானில் பொதுத் தேர்தல் பெனாசிரை தலையில் சூடிக் கொண்டது.

பத்து பர்சன்ட் சர்தாரி பெனாசிருக்கு கணவனாகக் கிடைத்த மிகப் பெரிய கால்விலங்கு. சகோதரன் மிர்முதஸா பூட்டோ, பெனாசிரின் அரசியல் வாழ்க்கையை அலங்கோலம் செய்ய வந்த தீவிரவாதி.

தந்தை பூட்டோ தூக்கிலிடப்பட்டபோதே இவனும் போய்ச் சேர்ந்திருந்தால் பெனாசிருக்கு தலைவலி மிஞ்சியிருக்காது.

கணவனும், சகோதரனும் சேர்ந்து பெனாசிரின் கனவுத் திட்டங் களைப் பொடிப் பொடியாக்கி குடும்ப அரசியலுக்குள் சிக்க வைத்து விட்டனர்.

ஒரு வழியாக பெனாசிரின் சகோதரன் முர்தஸா மர்மமான முறை யில் கொல்லப்பட்டான். பழி பெனாசிர் மீது விழுந்தது. எதிர்க் கட்சித் தலைவர் நவாஸ் ஷெரீப் கை நாளுக்கு நாள் ஓங்கி வந்தது.

கொலைகள், குண்டு வெடிப்புகள் ரத்த ஆறு பாகிஸ்தானை பயங்கர வாத நகரமாக்கிக் கொண்டிருந்தது. பழியெல்லாம் பெனாசிர் சுமக்க வேண்டியிருந்தது.

பெனாசிர் மீது ஊழல் சட்ட மீறல் போன்ற வழக்குகள் தொடரப் பட்டன. ஆட்சிக் கவிழ்ப்புக்கு தேவையான அத்தனை அந்தரங்க வேலைகளையும் உடன் இருந்தவர்கள் செய்து முடித்து விட்டார்கள்.

கணவர் சர்தாரி ஒரு கடத்தல் வழக்கில் கைது செய்யப்பட்டு சிறை யில் அடைக்கப்பட்டார். ஆட்சி கவிழ்க்கப்பட்டது. பெனாசிர் சிறையிலடைக்கப்பட்டார்.

1988 டிசம்பரிலிருந்து ஒன்றரை ஆண்டுகாலமே பெனாசிரின் முதல் பதவிக்காலம் இருந்தது.

ஜனநாயகமும் ராணுவ ஆட்சியும் பாகிஸ்தானில் நித்தமும் மாறிக் கொண்டிருக்கும். எப்போதும் நிரந்தரமானவர்கள் பாகிஸ்தானின் ஐ.எஸ்.ஐ. தான். அவர்களுக்கு சலாம் போட்டு நடந்தால் மட்டுமே ஆட்சி நிலைக்கும். இதுவே இன்றுவரை அங்கு அமலாக்கம்.

கணவர் சர்தாரியை ஒரு சிறையிலும் மனைவி பெனாசிரை மறு சிறையிலும் அடைத்து விட்ட அதிபர் குலாம் இஷாக்கானோ,

நவாஸ் ஷெரீப்புக்கு பதவிப் பிரமாணம் செய்து வைத்து பிரதமர் நாற்காலியில் உட்கார வைத்து விட்டார்.

பெனாசிர் பூட்டோவின் ஆட்சிக் காலத்தில் அவரது ஆட்சியைக் கலைப்பதற்கும், அவரைக் கொல்வதற்கும் திட்டமிட்ட அல்கொய்தாவின் பங்கு மிக அதிகம்.

குவைத்தில் போர் மிகவும் உக்கிரமாக நடந்துக் கொண்டிருந்தது. அச்சமயத்தில் சவுதி அரேபியாவைப் பொறுத்தமட்டில் பாகிஸ் தானுடன் எப்போதும் அரசியல் ரீதியாக சுமூகமான நல்லுறவும் இணக்கமும் கொண்டிருந்தது.

இவ்விரு நாடுகளும் அமெரிக்காவை தங்கள் தாய்நாடு போல ஒரு அடிமை வணக்கத்திலிருந்தன. அமெரிக்கா இந்த இரு அடிமை நாடு களும் ஒன்றுக்கொன்று நல்லுறவு பாராட்டி நட்புடன் இருப்பதற்கு எல்லா உத்திகளையும் செய்து கொண்டு வந்தது.

இப்போது மூன்று நாடுகளுக்கும் ஒரு பொது வில்லனாக ஓசாமா பின்லேடன் உருவாகியிருந்தார். சவுதி அரேபியாவால் புறக் கணிக்கப்பட்ட ஓசாமா பின்லேடன் பாகிஸ்தானில் வசித்தபடி தீவிரவாதம் வளர்த்துக் கொண்டிருப்பதை சவுதிமன்னர் விரும்ப வில்லை.

அமெரிக்காவும் பாகிஸ்தான் தன்னுடைய நாட்டில் ஓசாமாவுக்கு புகலிடம் தந்திருப்பதை விரும்பவில்லை. எனவே இந்த விஷயத்தில் இரு நாடுகளும் பாகிஸ்தான் பிரதமர் பெனாசிர் பூட்டோவுக்கு நெருக்கடி கொடுத்தன.

பொருளாதார ரீதியாக பாகிஸ்தான் பெரிதும் அமெரிக்காவை சார்ந்திருந்தது. பெனாசிரிடம் பெரும்பாலும் அமெரிக்கத் தாக்கம் பரவி வேரூன்றியிருப்பதை ஓசாமா பின்லேடனும் நன்கு அறிந்து மிகுந்த வெறுப்பில் இருந்தார்.

பெனாசிர் அமெரிக்காவின் ஆணையை தலைமேற் கொண்டார். ஓசாமா பின்லேடனை நாட்டை விட்டுத் துரத்தியாக வேண்டும். அல்கொய்தா பயிற்சி முகாம்களை ஒவ்வொன்றாய் தேடி அழித்தாக வேண்டும். பெனாசிர் ராணுவப் பணி அதுவாகவே மாறியது. பின்லேடனுக்கு உச்சி முடி கருகியது.

வேண்டாம். பெனாசிர் ஆட்சியைக் கவிழ்த்து விடுவோம். கோடிக்கணக்கான காசை வாரியிறைத்தார். உள்ளூர் அரசியல்வாதிகளுக்கு பாராளுமன்றத்தில் நம்பிக்கையில்லா தீர்மானம் கொண்டு வர ஒசாமாவின் பணம் பயன்பட்டது.

கடைசி நேரத்தில் நம்பிக்கை வாக்கெடுப்பில் அந்தப் பெண் பிரதமரின் புண்ணியம் வென்றது.

வேறு வழியில்லை; பெனாசிர் பூட்டோவை கொன்று விடலாம்.

ஒசாமா பின்லேடனின் கொலை முயற்சிகளில் இரண்டு முறை பெனாசிர் உயிர் பிழைத்தார். ஒசாமாவின் திட்டங்கள் தோல்வி யடைந்தன.

இந்நிலையில் சவுதி அரசாங்கம் பாகிஸ்தானுக்கு மீண்டும் நெருக்கடி கொடுத்தது. ஒசாமா பின்லேடனை கைது செய்வது அல்லது நாடு கடத்துவது என்பதை இரு நாடுகளும் ஒரு கூட்டு ராணுவ நடவடிக்கை மூலம் செய்யலாம் என உத்தேசித்தது.

எல்லாம் ஒசாமாவின் காதுக்கு எட்டியது. நெருக்கடி முற்றுகிறது. பாகிஸ்தானை மீட்டெடுக்க முடிச்சுகளை எடுத்துக் கொண்டு புறப்பட வேண்டியதுதான். ஒட்டுமொத்த அல்கொய்தா போராளி களுடன் சூடானுக்கு சென்று விடலாம் என்று ஒசாமா முடிவு செய்தார்.

அல்கொய்தாவுக்கு அடுத்த கட்டப் பணி சூடானில் நெருப்பாகக் கொதித்துக் கொண்டிருந்தது.

❖

9. பெனாசிர் பூட்டோவின் படுகொலை

பயங்கரவாதத்தின் கோர முகத்தைக் காட்டி யுள்ளது பெனாசிர் பூட்டோவின் படுகொலை. இஸ்லாமிய உலகத்திலிருந்து அரசியலில் தோன்றிய முதல் பெண்ணாகிய பெனாசிர் படுகொலைக்குப் பல அரசியல் காரணங்கள் சொல்லப்பட்டாலும் ஒரு இஸ்லாமியப் பெண் அரசியல் தலைமைக்கு வருவதை அடிப்படைவாதம் பேசுகின்ற தீவிர வாத அமைப்புகள் விரும்பவில்லை என்பதுவே முதன்மையானதும் முக்கியமானதுமாகக் கருதப்படுகிறது.

தீவிரவாதத்திற்கு எதிராக ஜனநாயக யுத்தத்தை பாகிஸ்தான் மண்ணில் நடத்த முயற்சித்த துணிச்சல் மிக்க போராளியைக் கொன்றழித்துவிட்டு, அந்த மண்ணில் எதனை எச்சமாக விட்டுச் செல்ல, விதையாக ஊன்றி வைக்க பயங்கரவாதம் நினைக்கின்றது என்ற கேள்வியின் மிச்சம்தான் பெனாசிர் படுகொலையாக எழுந்து நிற்கிறது.

மதவாதத்துக்கும் ஜனநாயகத்துக்கும் நடந்த யுத்தத்தில் பெனாசிர் பூட்டோ தனது மண்ணிலேயே ரத்தம் சிந்தியுள்ளார்.

பெனாசிர் பூட்டோவின் படுகொலை பயங்கரவாதிகளின் கொடூர முகத்தை மட்டுமல்ல, அமெரிக்காவின் மனிதாபிமானமற்ற சுயநல அரசியலையும் வெளிப்படுத்தியுள்ளது.

ஜனநாயக பாதைக்கு பாகிஸ்தானைக் கொண்டு வர அமெரிக்கா வால் பாகிஸ்தானுக்குக் கொண்டு வரப்பட்ட பெனாசிர் பூட்டோவைக் காப்பாற்ற அமெரிக்கா தவறி விட்டது.

அல்கொய்தா போன்ற அமைப்புகளுக்கு எதிராக பெனாசிர் பூட்டோவை அமெரிக்க ஏகாதிபத்தியம் பயன்படுத்த முயற்சித்தது. அமெரிக்காவும் பாகிஸ்தானின் முஷாரப் அரசும் பெனாசிர் பூட்டோவின் படுகொலைக்கு பங்காளிகளாக பொறுப்பேற்க வேண்டும் என்பது ஜனநாயகவாதிகளின் குரலாக உள்ளது.

தீவிரவாதம் வேரூன்றிவிட்ட பாகிஸ்தானில் மனிதநேயத்தையும் ஜனநாயகத்தையும் உள்ளங்கையளவாவது மீட்டெடுக்க வேண்டு மென போராடிய துணிச்சல்மிக்க போராளி பெனாசிர் பூட்டோ. அந்த மொகல் ரோஜாவை வன்முறையாளர்களின் கொடிய கரங்கள் பிய்த்துப் போட்டிருப்பது மிகக் கொடுமையானது.

ஜனநாயகத்தை விட பயங்கரவாதம் வலிமையானது என்பதை நிரூபிப்பதுபோல நடந்துள்ளது இந்த ஜனநாயக தேவதையின் படுகொலை.

முஸ்லீம் நாடு ஒன்றில் பெண் கல்வி, பெண் சமத்துவம், சோஷலிஸம் குறித்துப் பேசிய ஒரே தலைவரையும் குரலை நெறித்துக் கொன்று விட்டார்கள்.

முஸ்லிம் நாட்டின் பிரதமராக வேண்டும் என்று ஒரு பெண் விரும்பு வதை ஏற்க மாட்டோம். அதுவும் அமெரிக்காவுக்கு ஆதரவாகப் பேசும் ஒரு நபரை நாங்கள் கொன்று விடுவோம் என்று மிரட்டல் விட்ட அல்கொய்தா சொன்னபடியே செய்து விட்டார்கள்.

பெனாசிர் பூட்டோவின் படுகொலை மீதான கொந்தளிப்பும் பாகிஸ்தான் மக்களின் கோபாவேசமும் உலக நாடுகளின் சந்தேகப் பார்வையும் தன் மீது அழுத்தமாக திரும்புவதை உணர்ந்த பர்வேஸ் முஷாரப், 'இது மிகவும் கொடுமையான வன்முறை. இதைக் கடுமை

யாகக் கண்டிக்கிறேன். பெனாசிரின் மறைவுக்கு அரசு மூன்று நாள் துக்கம் அனுஷ்டிக்கிறது' என்று அறிவித்தார்.

பர்வேஸ் முஷாரப்பின் நாடகத்தைக் கண்டிக்கும் முகமாக பாகிஸ்தான் முஸ்லீம் லீக் தலைவரும் முன்னாள் பிரதமருமான நவாஸ் ஷெரீப் தீர்மானமாக அறிவித்தார்.

"இந்தப் படுகொலைக்கு முஷாரப்தான் பொறுப்பாளி. தனது பாது காப்புக்காக நூற்றுக்கணக்கான கோடிகளைச் செலவிடும் முஷாரப் வேண்டுமென்றே பெனாசிருக்கு பாதுகாப்புத் தரவில்லை. சொல்லப்போனால் என் உயிருக்கும் இங்கே பாதுகாப்பு இல்லை. இந்தத் தேர்தலை எங்கள் கட்சி புறக்கணிக்கிறது..."

பெனாசிர் பூட்டோவின் படுகொலைக்கு முஷாரப்தான் காரணம் என்று உலகெங்கும் கருத்துத் தீர்மானம் சுழன்று வந்த நிலையில் ஆபத்தை உணர்ந்தார் முஷாரப்.

பாகிஸ்தானுக்கு பெரும் தலைவலியாக இருந்து வரும் அல்கொய்தா அமைப்புதான் பெனாசிரின் படுகொலைக்கு காரணம் என்று அதன் பின்னர் நாளும் ஒரு தகவல் சூறாவளியாய் சுழன்றடிக்கத் தொடங்கியது.

"எங்கள் இஸ்லாமியப் போராளிகளான முஜாகிதீன்களை ஒழிப்ப தாக பெனாசிர் சபதம் எடுத்துக் கொண்டார். அதனால்தான் அவரைக் கொல்லும் முடிவிற்கு அக்டோபரிலேயே வந்தோம். இந்த அசைன் மெண்ட்டை முஸ்தபா அபு அல்யாசித்திடம் ஒப்படைக்கப் பட அவர் பாகிஸ்தானில் உள்ள லஷ்கர்ஜ - ஜாங்வீ அமைப்பி லிருந்து தற்கொலைப் படைவீரர்களை இதற்காகத் தேர்ந்தெடுத் தார்..." என்று அல்கொய்தாவினர் கூறியதாக மீடியாக்களுக்கு தகவல் தரப்பட்டது.

பின்லேடன் தலைமையிலான அல்கொய்தாதான் பெனாசிர் பூட்டோவை படுகொலை செய்தது. இதனை அந்த இயக்கத்தில் பின்லேடனுக்கு அடுத்த இடத்தில் இருக்கும் அய்மன்-அல்-ஜவாகிரி அறிவித்ததாக ஒரு செய்தியும் பரப்பப்பட்டது.

அல்கொய்தா இயக்கத்தைச் சேர்ந்த பெய்துல்லா மெஸுத்துடன் பெனாசிரை படுகொலை செய்தவன் நடத்திய உரையாடலை

பாகிஸ்தான் உளவுத்துறை இடைமறித்து பெற்று, அந்த உரையாடலையும் வெளியிட்டது.

பதரிலிருந்து வந்த பிலால், சயீத் மற்றும் இக்ரமுல்லா மூன்று பேரும்தான் இந்தப் படுகொலையை வெற்றிகரமாக முடித்தவர்கள் என்பதை அந்த உரையாடல் உறுதி செய்தது. பெனாசிர் பூட்டோ பாகிஸ்தான் திரும்புவதற்கு முன், அல்கொய்தாவின் முக்கிய தலைவர்களில் ஒருவனான பைதுல்லா மெஸூத் ஒரு மிரட்டல் விடுத்திருந்தான்.

'முஸ்லீம் நாட்டின் பிரதமராக வேண்டும் என்று ஒரு பெண் விரும்பு வதை ஏற்க மாட்டோம். அதுவும் அமெரிக்காவுக்கு ஆதரவாகப் பேசும் ஒரு நபரை நாங்கள் கொன்று விடுவோம்' என்று அதில் கூறி யிருந்தான்.

அவர்கள் சொன்னபடியே நடந்துவிட்டது. இந்த பைதுல்லா மெஸூத் பழங்குடி இன தலைவன். முஷாரப் அரசு அல்கொய்தா அமைப்பைச் சேர்ந்த இவனை இந்தப் படுகொலைக்கு முக்கிய காரணமாகச் சுட்டுகிறது.

ஆப்கானிஸ்தான் எல்லையை ஒட்டியிருக்கும் தெற்கு வாசிரிஸ்தான் பகுதியில் வாழ்ந்து வரும் இந்த பைதுல்லா மெஸூத் மற்றொரு தீவிரவாதியிடம் இந்தக் கொலைத் திட்டம் பற்றிப் பேசியதை ஆதாரமாக பதிவு செய்து வைத்திருக்கிறோம் என்று முஷாரப் அரசு குற்றம் சாட்டியுள்ளது.

ஆனால், முஷாரப்பின் இந்த நாடக மூளைக்குக் கண்டனம் தெரி விக்கும் விதமாக பைதுல்லா மெஸூத்தின் செய்தித் தொடர்பாள ரான மௌலவி ஓமர், பாகிஸ்தான் செய்தி ஊடகங்களுக்கு ஒரு பகிரங்க டெலிபோன் பேட்டி கொடுத்திருந்தார்.

“.... பாகிஸ்தான் அரசின் குற்றச்சாட்டை நாங்கள் கடுமையாக மறுக்கிறோம். ஏனென்றால், பழங்குடி இனத்தைச் சேர்ந்த எங்களுக்கு சில கொள்கை வரையறைகள் உண்டு. அதாவது நாங்கள் பெண்கள் மீது தாக்குதல் எந்தக் காரணம் கொண்டும் நடத்த மாட்டோம்...

முஷாரப்பின் ராணுவம்தான் பெனாசிர் படுகொலையைச் செய்தது. இது திட்டமிட்ட சதி. உளவுத்துறையினரும், ராணுவத்தினரும் சில

அரசு அதிகாரிகளும் இணைந்துதான் இந்தப் படு கொலையை நிகழ்த்தியிருக்கிறார்கள்.

பைதுல்லா பேசிய டேப் ஆதாரம் என்று அவர்கள் சொல்வதும் கட்டுக்கதைதான். பெனாசிரைப் பொறுத்தவரை அவர் சர்வதேசப் பிரபலம். அவர் கொல்லப்பட்டதற்கு எங்கள் ஆழ்ந்த இரங்கலைத் தெரிவித்துக் கொள்கிறோம்...”

பைதுல்லா மெஸூத்தின் செய்தித் தொடர்பாளர் ஓமரின் தன்னிலை விளக்கம் முஷாரப்பின் நாடக மூளையை அம்பலப்படுத்தியது.

துப்பாக்கிக் குண்டுகள் சீறி வந்ததும் பெனாசிர் பூட்டோ காருக்குள் பதுங்கினார். அப்போது குண்டு வெடித்ததால் காரின் கூரைத் தகடுகள் பிய்ந்து அவரது தலையைப் பக்கவாட்டில் தாக்கி வெட்டியது, அதில்தான் அவரது உயிர் பிரிந்தது என்று பாகிஸ்தான் அரசு கதையைத் தொடர்ந்து கொண்டேயிருந்தது.

பெனாசிர் பூட்டோவின் கூடவே இருந்த அவரது பெண் உதவியாளர் ஷெரி ரஹ்மான் உண்மையைப் போட்டு உடைத்தார்.

“....பெனாசிர் காரின் கூரை தலையில் மோதி இறந்ததாகக் கூறுவ தெல்லாம் பொய். எனது காரில்தான் அடிபட்டுக் கிடந்த பெனாசிரை ஏற்றி மருத்துவமனைக்குக் கொண்டு சென்றோம்.

பெனாசிரை அடக்கம் செய்யும் முன்பாக நாங்கள்தான் அவரது உடலைக் குளிப்பாட்டினோம். அப்போது அவரது தலையின் பின் பகுதியில் பாய்ந்த குண்டு முன்பக்கம் வெளியேறிய காயத்தைப் பார்த்தேன். அந்தக் காயத்திலிருந்து ரத்தம் கசிந்து கொண்டே இருந்தது. எனவே, உடலை முழுமையாகக் குளிப்பாட்டவில்லை” என்று கூறினார் உதவியாளர் ஷெரி ரஹ்மான்.

பெனாசிர் பூட்டோ படுகொலைச் சம்பவத்தை இங்கிலாந்து தொலைக்காட்சி ஒன்று மெதுவாக வீடியோவை ஓடவிட்டுக் காட்டியது. துப்பாக்கிக் குண்டு பெனாசிரின் பின் தலையில் பாய் வதையும், அதில் அவரது துப்பட்டாவும் தலை முடிக்கற்றையும் பிய்ந்து பறப்பதையும் காட்டியபோது உலகம் பதறியது. மேலும், முஷாரப் அரசு கூறிய அபாண்டமான பொய்யையும் அம்பலப் படுத்தியது.

❖

10. மரணத்தின் நிழலில் பெனாசிர்

மரண ஆபத்துக்கள் சூழ்ந்த அரசியல் களத்தில் பயணிக்க வேண்டிய நிலையில் பெனாசிர் பூட்டோ ஒரு முறை தன்னைப் பற்றிக் கூறினார்.

இந்த வாழ்க்கையை நான் தேர்ந்தெடுக்கவில்லை. இந்த வாழ்க்கைத்தான் என்னைத் தேர்ந்தெடுத்து விட்டது.

தனக்கு வரும் மரண ஆபத்துக்களை நன்றாகவே அறிந்திருந்தார் பெனாசிர்.

கொடூரப் படுகொலை நிகழ்வதற்கு சில நாட்களுக்கு முன்னதாக தன்னுடைய நெருங்கிய தோழியும் ஆப்கானிஸ்தானின் அரசியல் வாதியுமான பாத்திமா ஜெய்லானாக்கு பெனாசிர் ஒரு கடிதம் எழுதி யிருக்கிறார்.

பாகிஸ்தானின் பாதுகாப்பற்ற சூழ்நிலை பற்றி என் குழந்தைகள் அதிகம் கவலைப்படுகிறார்கள். அவர்களின் கவலையிலும் பயத்தி லும் நியாயம் இருக்கிறது.

அவர்கள் பயப்படுவதுபோல நான் நாளையே கூட கொல்லப் படலாம். இதற்காக நான் கவலைப்பட்டு பின் வாங்கினால் பாகிஸ்தான் நிர்கதியாகி விடும்.

பெனாசிர் தனக்கு எழுதியுள்ள இக்கடிதம் பற்றி மிகவும் கண் கலங்கிய நிலையில் பாத்திமா கூறும்போது, "நான் இப்படிப்பட்ட துணிச்சலான ஆளுமை மிகுந்த ஒரு பெண்மணியை வேறு எங்கே யும் சந்தித்தது இல்லை. அவர் முஸ்லீம் பெண்களுக்கு மட்டுமல்ல உலகில் இருக்கும் ஒட்டு மொத்த பெண் வர்க்கத்திற்கே ரோல் மாடல்" என்று கூறியுள்ளார்.

பெனாசிர் பூட்டோ தன்னை நோக்கி மரணம் வருவதை அறிந்தே இருந்தார். அவர் கொடிய மரணத்தைக் கண்டு தப்பித்து ஓட விரும்பவில்லை.

தனது மரணமாவது பாகிஸ்தானின் வரலாற்றை மாற்றி எழுதட்டும் என்ற எதிர்ப்பார்ப்பில் துணிச்சலாய் மரணத்தை எதிர் நோக்கி காத்திருந்தார் பெனாசிர்.

இறப்பு தன்னை நெருங்கிக் கொண்டிருந்த நேரத்தில் தன்னுடைய அமெரிக்க நண்பர் மார்க்கி கெல்லுக்கு பெனாசிர் எழுதிய இமெயில் கடிதத்தில்....

"இங்கு எப்போது வேண்டுமானாலும் நான் கொல்லப்படலாம். இங்கு எந்தவித பாதுகாப்பும் இல்லை. நான் கொல்லப்பட்டால் எனது இந்தக் கடிதத்தை பத்திரிகைகளுக்கு கொடுங்கள்" என்று தெரிவித்திருந்தார்.

பெனாசிர் ஒரு நாளிதழில் எழுதிய கட்டுரையில், "ஒரு ஆண் அரசியலில் பெற வேண்டிய இடத்தை பெண்ணான ஒருத்தி கைப்பற்றியிருக்கிறாள். அவளைச் சுட்டுக் கொல்லுங்கள் என்று அவர்கள் தங்களுக்குள் சூளுரைத்துக் கொண்டார்கள்" என்று குறிப்பிட்டிருந்தார்.

பெனாசிர் ஒவ்வொரு நொடியும் தன் மரணத்தை எதிர்நோக்கி இருந்ததும் ஒரு வகையில் தியாகம் என்ற பெயரிலான தற்கொலை முயற்சி தானோ என்று கருத்து தெரிவிக்கப்பட்டது.

பெனாசின் மரணத்தைக் கண்டு துடித்துப்போன அவரது நெருங்கிய நண்பரான ஆலன்டன்கன் எம்.பி. கூறும்போது, “அவரது தந்தை கொல்லப்பட்டபோது அவரது அசாதாரண துணிச்சலும் பிரச்சனையை எதிர்கொள்ளும் பாங்கும்தான் அவரை அந்தத் துயரத்திலிருந்து வெளிவரச் செய்தது. ஆபத்திற்கு மத்தியிலும் அவர்கள் தன் கடமைகளை இறுதிவரை செய்திருக்கிறார்” என்று நிகழ்ச்சியுடன் கூறியுள்ளார்.

மேலும் பெனாசிர் தொடர்பு கொண்டு, “நாங்கள் இந்தத் தேர்தலில் வெற்றி பெறுவோம். அந்த வெற்றியை நான் கொண்டாடும்போது கண்டிப்பாக பாகிஸ்தானுக்கு வரவேண்டும் என நம்பிக்கையோடு எனக்கு அழைப்பு விடுத்தார்” என்று ஆலன்டைன்கன் எம்.பி. கூறியுள்ளார்.

மிக்சல் கிரிக் என்ற எழுத்தாளர் பெனாசின் மரணத்தின்போது செய்த பதிவில், “எதிர்கால அரசியல்வாதிகளுக்கு அவர் ஒரு வழிகாட்டி. நான் அவருக்கு ஜூனியர் மாணவனாய் ஆக்ஸ்போர்டில் படித்தேன். அப்போது அவர் இங்கிருக்கும் லேபர் கட்சியிலும், கன்சர்வேட்டிங் கட்சியிலும் ஆதிக்கம் செலுத்தி ஆச்சரியப்படுத்தி னார். அவரது சாகசங்களை விவரிக்க வார்த்தைகளே இல்லை” என்று மெய் சிலிர்த்துள்ளார்.

பெனாசிருடன் ஆக்ஸ்போர்டு பல்கலைக்கழகத்தில் படித்தவர்களும் பணியாற்றியவர்களும் அவர் மீது கொண்டிருந்த அன்பையும், மதிப்பையும் பதிவு செய்துள்ளனர்.

பெனாசிர் படித்த லேடி மார்க்கரேட் ஹால் கல்லூரியின் பிரின்சிபாலான டாக்டர் பிரான்சிஸ் லேனோனோ “மிகவும் புத்திசாலி என்ற ரெக்கார்டை இங்கே பதித்துவிட்டு போய்விட்டார் பெனாசின். அவர் இங்கே ஏராளமான இதயங்களை நட்பாகப் பெற்றிருந்தார்” என்று நெகிழ்ச்சியுடன் கூறியுள்ளார்.

●

ஹப்பிங்டன்னோ என்ற அரியானாவைச் சேர்ந்த பெனாசிர் நண்பர், “நான் கேம்பிரிட்ஜ் யூனியன் தலைவராக இருந்தபோது பெனாசிர் ஆக்ஸ்போர்டு யூனியன் தலைவராக இருந்தார்.

அப்போது தொலைநோக்குப் பார்வையோடு உலகின் எதிர் காலம் பற்றி என்னிடம் ஆரோக்கியமாக விவாதிப்பார் பெனாசிர். அவரது இறப்புத் தகவல் வந்ததும் அதிர்ந்தேன். அவருடன் கழிந்த கல்லூரி நாட்களும் 98ல் அவர் என் வீட்டிற்கு வந்ததும் என் மனதில் நிழலாடியது. அவரை வாஷிங்டனில் சந்தித்தபோது அவர் தனது திருமணம், கணவர், குழந்தைகள் பற்றி பகிர்ந்து கொண்ட நெகிழ்ச்சியான நினைவுகள் மனதில் அப்படியே இருக்கிறது" என்றார் .

பெனாசரின் ஹார்வர்டு பல்கலைக்கழக தோழி ஆனிபெடிமேன் பழைய நினைவுகளை பகிர்ந்து கொண்டார்.

"...நானும் பெனாசிரும் குழந்தைகளாக இருக்கும்போது 1962 இல் லாகூரில் சந்தித்தோம். அப்போது எனது தந்தை ஜான் கென்னத்கால் பிரைத் இந்தியாவுக்கான அமெரிக்கத் தூதராக இருந்தார். அவர் அமெரிக்க முன்னாள் அதிபர் கென்னடியின் மனைவி ஜாக்குலினு டன் குதிரைப் பந்தயம் பார்ப்பதற்காக லாகூர் சென்றிருந்தார். அப்போதுதான் பெனாசிரை நான் சந்தித்தேன். பிறகு ஒரு நாள் 15 வயது கேக் போல ஃப்ரெஷ்ஷாக ஹார்வர்டு பல்கலைக்கழகத்தில் தான் பார்த்தேன்" என்றார்.

பெனாசிர் மரணம் குறித்து அவரது நண்பர் ஆக்ஸ்போர்டு தாரிக் அலி என்பவர் கூறும்போது, "பெனாசி; ஒரு அரசியல்வாதியாக இருக்கப் பிறந்தவரல்ல. ஆனால் அவரது வாழ்க்கையும் அவரது சொந்த சோகங்களும் பாழாய்ப் போன அந்த அரசியல் பக்கம் தள்ளி விட்டது" என்று கண் கலங்கியுள்ளார்.

தன்னுடைய உயிருக்கு கொடூரமான ஆபத்துக்கள் காத்திருக்கிறது என்று தெரிந்தும் பெனாசிர் பாகிஸ்தான் திரும்பியது தற்கொலை முயற்சியாகவே சிலர் பார்க்கிறார்கள்.

எந்தக் காலத்திலும் எவ்வளவு நெருக்கடியான நேரத்திலும் எவ்வளவு துயரங்கள் நெருக்கித் தள்ளியபோதும் உறுதி குலை யாமல் பிரச்சனைகளை எதிர்கொண்டவர் பெனாசிர்.

தம்முடைய சுயசரிதையில் தம்முடைய பொறுப்புகளையும், கடமைகளையும் பற்றி பெனாசிர் எழுதும்போது, "... 50 வயதில்

கொல்லப்பட்ட என் அப்பாவையும், இளம் வயதிலேயே கொல்லப் பட்ட என் இரண்டு சகோதரர்களையும் முன்னின்று புதைத்திருக் கிறேன்.

என் அரசியல் வாழ்க்கைக்கு பணயமாக என் கணவர் எந்தக் குற்றச்சாட்டுகளும் நிரூபிக்கப்படாத நிலையிலேயே எட்டு வருடங்கள் சிறைக் கொட்டடிக்குள் தண்டனை அனுபவிக்க நேர்ந்தது.

இந்த நேரத்தில் தனி ஒருத்தியாக என் அன்புக் குழந்தைகள் மூவரை யும் சீராட்டி வளர்த்திருக்கிறேன்.

என் அப்பா கொல்லப்பட்ட பிறகு அவர் சுமந்த அரசியல் என் தோளில் சுமையாக கணக்கத் தொடங்கியது. இதிலிருந்து நான் நழுவ முயலாமல் தீர்க்கமாகவே அதை நான் எதிர் கொண்டிருக் கிறேன். எப்போதும் இந்தப் பொறுப்பிலிருந்து நான் பின்வாங்கப் போவதில்லை" என்று கூறியிருந்தார்.

குரோஷியாவுக்கான முன்னாள் அமெரிக்கத் தூதுவரும் பெனாசரின் நீண்ட கால ஆலோசகருமான பீட்டர் டபிள்யூ கல்பிரைத், பெனாசிர் பற்றிய நினைவலைகளை பகிர்ந்துள்ளார்.

"...1971ல் கிழக்குப் பாகிஸ்தானில் (இன்றைய வங்கதேசம்) தனிநாடு கோரி போராடிய ஆயிரக்கணக்கானோர் ஈவிரக்க மில்லாமல் பாகிஸ்தான் ராணுவத்தால் கொல்லப்பட்டனர்.

அச்சமயம் பாகிஸ்தானின் ஜனாதிபதி பொறுப்பு ஜுல்பிகர் அலி பூட்டோ வசமிருந்தது. பாகிஸ்தான் மற்றும் பூட்டோவின கொடூர மான நடவடிக்கைகளுக்கு உலகம் முழுவதும் கடும் கண்டனம் எழுந்திருந்த சமயம் அது.

பெனாசிர் பாகிஸ்தான் அரசின் நடவடிக்கைகளை நியாயப்படுத்தி பேசுவார். வகுப்பில் ஒரு முறை பாகிஸ்தான் அரசியல் நெருக்கடி குறித்து பேராசிரியர் விவரித்துக் கொண்டிருந்தார்.

உடனே பெனாசிர் குறுக்கிட்டு அவருக்கு விளக்கம் அளிக்கத் தொடங்கினார். அவருடைய குரல் ஆத்திரம் நிரம்பியதாக இருந்தது. உணர்ச்சி வயப்பட்டு பேசினார்.

பெனாசிர் நல்ல பேச்சாளராக வருவார் என்று பல்கலைக் கழக வளாகம் முழுவதும் ஒரே பேச்சாகி விட்டது.”

உலக நாடுகளால் பெனாசிர் பூட்டோவின் கொடூரமான படுகொலை நிகழ்விலிருந்து விடுபட முடியவில்லை.

மிகுந்த அதிர்ச்சிக்கு ஆளான அமெரிக்க அதிபர் ஜார்ஜ் புஷ் தனது ஆழ்ந்த இரங்கலைத் தெரிவித்ததோடு பயங்கரவாதத்தை எவ்வகையிலும் அனுமதிக்க முடியாது என பாகிஸ்தான் அதிபர் முஷாரப்புக்கு கடும் கண்டனத்தை தெரிவித்தார்.

அமெரிக்க ஜனாதிபதி வேட்பாளரும், ஜனநாயக கட்சித் தலைவரும் முன்னாள் ஜனாதிபதி கிளிண்டனின் மனைவியுமான ஹிலாரி கிளிண்டன் மீடியாக்களிடம் தனது ஆவேசமான கருத்துக்களை பதிவு செய்தார்.

“பெனாசிர் ஜனநாயகத்துக்காக பாடுபட்ட ஒப்பற்ற தலைவர். அவரது படுகொலை கொடூரமானது. இதனை முஷரப் நியாயமாக விசாரிப்பார் என்கிற நம்பிக்கை எங்களுக்கு இல்லை.

ஏனென்றால் அவர் அங்கு நீதித் துறையையே குலைத்தவர். எனவே பெனாசிர் படுகொலை விவகாரத்தை சர்வதேச அமைப்புகள் மூலம் விசாரிக்க வேண்டும்” என்று கூறியுள்ளார்.

ஜனநாயகக் கட்சியின் அப்போதைய மூத்த எம்.பி.யான பாரக் ஒபாமா, “பெனாசிரைக் கொன்றது கொடுமையானது. மக்கள் அங்கே உருக்குலைந்து போயிருக்கிறார்கள். இதைச் சாக்காக வைத்து தேர்தலைத் தள்ளி வைக்காமல் அங்கே ஜனநாயகத்தை உடனே அழைக்கச் செய்யும் விதமாய் தேர்தலை உடனே நடத்த வேண்டும்” என்றார்.

இங்கிலாந்து பிரதமர் கார்டன் பிரவுன் உடனடியாக முஷரப்வைத் தொடர்பு கொண்டு பெனாசிரின் மரணத்தை பன்னாட்டு அமைப்புகள் மூலம் விசாரிக்க வேண்டும் என்று கூறியதோடு தன்னுடைய கண்டனத்தையும் அதிர்ச்சியையும் வெளிப்படுத்தினார்.

அவரது கருத்துக்கு பதிலளிக்கும் விதமாக பர்வேஸ் முஷரப், "முறையான விசாரணைக்கு நாங்கள் தயாராக இருக்கிறோம். பாகிஸ்தானில் தலையெடுத்திருக்கும் வன்முறை சக்திகளை ஒடுக்க உலக நாடுகள் உதவி புரிய வேண்டும்" என்று தெரிவித்துள்ளார்.

லாஸ் ஏஞ்சல்ஸ் டைம்ஸ் பத்திரிகைக்கு பெனாசிர் பூட்டோ 1987ல் அளித்த நேர்காணலில் ஒரு பகுதி :

"... நான் எனக்கான அடையாளங்களை என் குடும்பத்தில் கரைத்து விடவில்லை. எனது சிந்தனையும் செயலும் முழுதாக அரசியலுக்கு இடம் பெயர்ந்து விட்டது.

நான் என்னையறியாமலே என் பயணத்தை அரசியலில் தொடங்கி விட்டேன். என் தேசத்தின் சந்தோஷத்திற்கான விலையாய் என் அந்தரங்க ஆசைகளையும் என் சந்தோஷங்களையும் நான் தந்து விட்டேன்.

எங்கள் பாகிஸ்தான் மக்கள் ஜனநாயக ரீதியிலான சுதந்திரத்தில் எப்போதும் நிம்மதியாய் வாழ வேண்டும். இதுதான் என் நோக்கம்.

என் தேச மக்களைத் தவிர நான் பெரிதாக எதையும் சேர்த்துக் கொள்ள விரும்பவில்லை."